பலார்ஷாவிலிருந்து நாக்பூருக்கு

தெலுங்குச் சிறுகதைகள்

பலார்ஷாவிலிருந்து நாக்பூருக்கு
தெலுங்குச் சிறுகதைகள்

ஸ்ரீவிரிஞ்சி

பிரபல தெலுங்கு எழுத்தாளர் ஸ்ரீவிரிஞ்சியின் இயற்பெயர் டாக்டர் என்.சி. இராமானுஜாச்சாரி. புதினம் மற்றும் புதினம் அல்லாத பல படைப்புகளை உருவாக்கியவர். முதல் கதை தெலுங்கில் *சுதந்திரா* என்ற பத்திரிகையிலும் ஆங்கிலப் படைப்பு சாகித்திய அக்காதெமியால் வெளியிடப்படும் இதழிலும் 1979இல் வெளியாயின. இவரது தெலுங்குச் சிறுகதைகளைப் பற்றிய திறனாய்வு *கதாராமம்* பொட்டி ஸ்ரீராமுலு விருதை 1990இல் பெற்றிருக்கிறது. தற்போது சாகித்திய அக்காதெமி மற்றும் நேஷனல் புக் ட்ரஸ்ட் நிறுவனங்களில் மொழிபெயர்ப்பாளர் குழு உறுப்பினராக இருக்கிறார்.

மேடம் பிளாவாட்ஸ்கி, டி. சுப்பாராவ் மற்றும் ஜிட்டு கிருஷ்ண மூர்த்தி பற்றிய இவருடைய படைப்புகள் உலகளவில் வரவேற்பு பெற்றிருக்கின்றன. *ஹிந்து* மற்றும் *இந்தியா டுடே* பத்திரிகை களில் தொடர்ந்து புத்தக விமரிசனங்கள் எழுதிவருகிறார்.

பல வருடங்களாக தியோசாபிகல் சொசைட்டியின் உறுப்பினராக இருக்கிறார். தொலைதூரக் கல்வித்திட்டத்தின் இந்தியப் பிரிவில் இணைச்செயலாளராக உள்ளார்.

கௌரி கிருபானந்தன் (பி. 1956)

தாய்மொழி தமிழ் என்றாலும் கல்லூரிப் படிப்புவரையில் தெலுங்கு வழியாகக் கல்வி கற்றவர். இலக்கியத்தில் இருந்த ஆர்வத்தில் மொழிபெயர்ப்பு துறையில் நுழைந்து, கடந்த பதினைந்து ஆண்டுகளில் ஐம்பதுக்கும் மேற்பட்ட தெலுங்கு நாவல்களைத் தமிழ் வாசகர்களுக்கு அறிமுகப்படுத்தியிருக்கிறார். தமிழில் மொழிபெயர்க்கப்பட்ட புகழ்பெற்ற பல எழுத்தாளர்களின் நாற்பதுக்கும் மேற்பட்ட சிறுகதைகள் பல பத்திரிகைகளிலும் இணைய இதழ்களிலும் வெளியாகியுள்ளன.

மின்னஞ்சல் : tkgowri@gmail.com

ஸ்ரீவிரிஞ்சி

பலார்ஷாவிலிருந்து
நாக்பூருக்கு

தெலுங்கிலிருந்து தமிழில்
கௌரி கிருபானந்தன்

காலச்சுவடு பதிப்பகம்

LONDON BOROUGH OF MERTON LIBRARIES	
M00494838	BFBA048551
BOOKS ASIA	07/02/2013
TAM SHR / F	£11.47

பலார்ஷாவிலிருந்து நாக்பூருக்கு ◆ தெலுங்குச் சிறுகதைகள் ◆ ஆசிரியர்: ஸ்ரீவிரிஞ்சி ◆ தெலுங்கிலிருந்து தமிழில் : கௌரி கிருபானந்தன் ◆ © ஸ்ரீவிரிஞ்சி, மொழிபெயர்ப்புரிமை: கௌரி கிருபானந்தன் ◆ முதல் பதிப்பு : டிசம்பர் 2011 ◆ வெளியீடு: காலச்சுவடு பப்ளிகேஷன்ஸ் (பி) லிட்., 669 கே. பி. சாலை, நாகர்கோவில் 629 001.

காலச்சுவடு பதிப்பக வெளியீடு: 423

palaarshaaviliruuntu naakpuurukku ◆ Telugu Short Stories ◆ Author : shriivirinci ◆ Translated from Telugu by : Gowri Kirubanandan ◆ © Srivirinchi, Translation Copyright : Gowri Kirubanandan ◆ Language : Tamil ◆ First Edition : December 2011 ◆ Size :Demy1 x 8 ◆ Paper : 18.6 kg maplitho ◆ Pages: 120 ◆ Copies: 550 + 50.

Published by Kalachuvadu Publications Pvt. Ltd., 669 K.P. Road, Nagercoil 629 001, India ◆ Phone : 91 - 4652 - 278525 ◆ e-mail : publications@kalachuvadu.com ◆ Wrapper Printed at Print Specialities, Chennai 600 014 ◆ Printed at Mani Offset, Chennai 600 005.

ISBN : 978-93-80240-78-7

12/2011/S.No. 423 kcp 758, 18.6 (1) 600

பொருளடக்கம்

முன்னுரை	9
படிகள் இல்லாத ஏணி	11
புதிய முடிவு	23
சிவப்புப் பூக்கள்	34
எதிர்பாராத திருப்பங்கள்	47
வானத்தில் சந்திரன்	60
நினைவு அலைகள்	69
வேண்டப்பட்டவன்	77
அர்த்தம்	85
சமாதானம்	93
பலார்ஷாவிலிருந்து நாக்பூர் வரையில்	105

முன்னுரை

நாற்பது ஆண்டுகளுக்கு முன்பு ஒரு தேசிய எழுத்தாளராக ஸ்ரீவிரிஞ்சி எனப்படும் என்.சி. ராமானுஜாச்சாரி எனக்கு அறிமுகமானார். அவருடன் பல பயணங்கள் மேற்கொண்டிருக்கிறேன். கடைசியாகக் காசிக்கு அவர் துணையுடன்தான் நான் சென்றேன்.

பல இதர எழுத்தாளர்களைப்போல அல்லாமல் ராமானுஜாச்சாரி மக்கள் எல்லோரிடமும் தனிமனிதனின் ஆன்மீக – முற்போக்குச் சிந்தனை குறித்தும் மிகுந்த அக்கறைகொண்டவர். ஒரு 'நவரத்ன' நிறுவன உத்தி யோகத்தை உதறித் தள்ளிவிட்டுப் பிரம்மஞான சபைப் பணிகளுக்காக முழுநேர உழைப்பாளியானார். என்னு டைய மதிப்புக்குகந்த நண்பராக இவ்வளவு ஆண்டுகள் இருந்திருக்கிறார். ஒரு முறை நான் பெரிய மன நெருக் கடியிலிருந்தபோது அவர் நேரில் வந்து எனக்கு வழி காட்டினார்.

இதிலுள்ள பத்துக் கதைகளுக்கும் ஒரு பொதுச் சரடு மனித இனத்தை மேன்மைப்படுத்துவது, வரும் வாய்ப்பைப் பயன்படுத்தாது எது நியாயமானது என வாசகர்களை நினைக்கத் தூண்டுவது. மனிதனின் மேன்மை குறித்து அக்கறைகொண்ட அனைவருக்கும் இக்கதைகள் பளிச்சென்று ஒளியூட்டும்.

சென்னை, 2011.   அசோகமித்திரன்

படிகள் இல்லாத ஏணி

சுந்தரிக்கு எரிச்சலாக இருந்தது. அப்பொழுதுதான் தூக்கம் வரத் தொடங்கியிருந்தது, படித்துக்கொண்டிருந்த புத்தகத்தைப் பக்கத்தில் வைத்துவிட்டு விளக்கை அணைத்தாள். விடிவிளக்கை அழுத்திவிட்டுக் கட்டிலில் சாய்ந்தாளோ இல்லையோ, பக்கத்து அறையிலிருந்து குழந்தையின் அழுகைக் குரல் கேட்கத் தொடங்கியது, ஒருக்களித்துப் படுத்துக்கொண்டாள். குழந்தை அழுகையை நிறுத்தி விடுவான், தூக்கத்திற்கு எந்த இடைஞ்சலும் இருக்காதென நினைத்தாள். ஆனால் அப்படி நடக்கவில்லை. தன்னால் எதுவும் செய்ய முடியாது. அதற்காகச் சும்மா இருக்கவும் முடியவில்லை.

பக்கத்து அறையிலிருந்து சத்தங்கள் கேட்டுக்கொண்டுதான் இருந்தன. முதலில் காத்யாயினி கட்டிலை விட்டு எழுந்துகொண்டாள், பிளாஸ்கில் இருந்த பாலைப் பாட்டிலில் விட்டுக் குழந்தையின் வாயில் வைத்தாள். காதில் கேட்கும் சத்தங்களுக்கு ஏற்ற வகையில் கற்பனை செய்து பார்த்துக்கொண்டாள் சுந்தரி. அடுத்த நிமிடம் குழந்தையின் அழுகை நின்றுவிட்டது. அப்பாடா! குழந்தை சமர்த்தாகப் பாலைக் குடித்துக்கொண்டிருக்கிறான். இனித் தூங்கிவிடுவான். எந்த இடைஞ்சலும் இருக்காது. நிம்மதியாகத் தானும் தூங்கலாமென நினைத்தாள் சுந்தரி. காத்யாயினியும் அரைகுறைத் தூக்கத்தில் ஆழ்ந்து விடுவாள்.

பாவம் அந்தப் பெண்! பகல் முழுவதும் ஏதாவது ஒரு வேலையைச் செய்துகொண்டுதான் இருக்கிறாள், ஒரு நிமிடம்கூட ஓய்வாக உட்கார்ந்து பார்த்ததில்லை. தூக்கம் கலைந்துபோனதால் சுந்தரி புத்தகத்தை மறு

படியும் கையில் எடுத்தாள். பத்து நிமிடங்கள் கழிந்ததோ இல்லையோ கண்ணிமைகள் தாமாகவே மூடிக்கொண்டன. எப்பொழுது தூங்கினாளோ அவளுக்கே தெரியாது.

ஆனால் விழிப்பு வருவது மட்டும் நன்றாகத் தெரியும். குழந்தையின் அழுகை! அது ஒன்றுதான் அடையாளம். அழுகைச் சத்தம் கேட்டதும் விழிப்பு வருவதும் ஒன்றாக நடக்கும். சுந்தரி உடனே சுவர்க் கடிகாரத்தைப் பார்ப்பாள். தான் எவ்வளவு நேரம் தூங்கியிருக்கிறோம் எனத் தெரிந்துவிடும். சுமார் நாற்பது நிமிடங்கள், அவ்வளவுதானெனப் புரிந்ததும் சொல்ல முடியாத எரிச்சலும் சலிப்பும் சூழ்ந்துகொள்ளும்.

பகலாக இருந்தாலும் இரவாக இருந்தாலும் நிம்மதியாகத் தூங்க முடியாமல் போய்க்கொண்டிருந்தது. என்ன விபரீதம் இது? சில சமயம் பக்கத்து அறையில் மூச்சு விடாமல் குழந்தை அழுதுகொண்டிருப்பான். காத்யாயினி குழந்தையைச் சமாதானப்படுத்த முயன்றாலும் சில சமயம் பலன் இருக்காது. காத்யாயினிக்கும் சலிப்பு ஏற்படும். தாலாட்டுப் பாடுவதை நிறுத்திவிடுவாள். காத்யாயினி பாடும் தாலாட்டுப் பாட்டு ஆரம்பத்தில் சுந்தரிக்கும் சந்தோஷம் தருவதாகவே இருந்தது.

“ராம லாலி மேக சியாம லாலி” என்று காத்யாயினி மெல்லிய குரலில் இனிமையாகப் பாடுவதைக் கேட்கும்போது சுந்தரிக்குத் தன்னுடைய சிறுவயது நாட்கள் நினைவுக்கு வரும். தாய் எப்போதும் இந்தப் பாட்டைப் பாடுவாள். தம்பிகளை இந்தப் பாட்டுப் பாடித்தான் தூங்கச் செய்வாள். இந்த விஷயம் சுந்தரிக்கு நன்றாக நினைவிருந்தது. ஏனோ தெரியவில்லை. தனக்கு மட்டும் இந்தப் பாட்டு வசமாகவில்லை. தீராது என்றால் “ஜோ அச்சுதானந்த ஜோ ஜோ முகுந்தா” என்று பாடுவாள். அவளுடைய குழந்தைகள் தாலாட்டு இல்லாமலேயே தூங்கிவிடுவார்கள். தூங்குவதற்காகத்தான் பிறந்திருக்கிறார்களோ என்பதுபோல் இருந்தது அவர்களுடைய பிள்ளைப் பருவம்.

ஒருகாலத்தில் தாலாட்டுப் பாட்டை கற்றுக்கொள்வது பெண்களுக்கு முக்கியமான பயிற்சியாக இருந்து வந்தது. இந்தக் காலத்தில் குழந்தைகளுக்கு அவ்வளவு சாவகாசம் எங்கே இருக்கிறது?

கல்லூரிக்குப் போய்ப் படித்துக்கொண்டிருக்கும் பெண் களுக்குப் பாட்டுப் பாடுவதற்கும் கதைகள் கேட்பதற்கும் ஓய்வு நேரம் எங்கே?

வாழ்க்கை பெரும் கொந்தளிப்பாக மாறிக்கொண்டு வருகிறது. முன்பு இருந்த நாட்கள் வேறு. இப்பொழுது எல்லாமே ஓட்டமும் துள்ளலும்தான்.

சுந்தரி இவ்வாறு யோசித்துக்கொண்டிருந்தபோது திரும்ப வும் குழந்தையின் அழுகைக் குரல் கேட்டது. என்ன குழந்தை இது? குழந்தையா இது? கொள்ளிவாய்ப் பிசாசு! காத்யாயினி வாழ்க்கையைப் பாலைவனமாக்கிக் கொண்டிருக்கிறான். அழுவதற்கு அவ்வளவு சக்தி எங்கிருந்துதான் வருமோ? காத்யாயினி பொறுமையாய் எல்லாம் கவனித்துக்கொள்வாள். அப்படியும் ஏதோ அசௌகரியம். தூங்கலாம் என்று முயற்சிக்கும் போது இரவு இல்லை, பகல் இல்லை, விடாமல் பத்து நிமிடங் களாவது அழுதுகொண்டிருப்பான். தான் நிம்மதியாகத் தூங்கி விடக் கூடாது என்று யாரோ சாபம் கொடுத்து விட்டார்கள் போலும்.

யோசித்துப் பார்த்தால் வேடிக்கையாகத்தான் இருக்கும். ஆனால் நல்ல தூக்கத்தில் இருக்கும்போது அவன் குரல் ஒலிப்பதைக் கேட்டால் தோன்றும் யார் இந்தக் காத்யாயினி? இவ்வளவு அசௌகரியமாக இருக்கும்போது உடனே வீட்டைக் காலி செய்துவிட்டுப் போகச் சொல்வதற்குத்தான் ஏன் தயங்க வேண்டும்?

அப்பா வழியிலோ அம்மா வழியிலோ உறவுக்காரியா இந்தக் காத்யாயினி? மூன்று மாதங்களுக்கு முன்னால் இந்த நபர் யாரென்றுகூடத் தனக்குத் தெரியாது.

ஊருக்குத் தொலைவில் தனியாக இருக்கிறது என்று சொல்ல முடியாவிட்டாலும் சுந்தரியின் வீடு அக்கம் பக்கத்து வீடுகளிலிருந்து கொஞ்சம் தொலைவில்தான் இருந்தது, சுற்றிலும் அழகான காம்பவுண்ட் சுவர். சுவருக்கு ஒட்டினாற் போல் பூச்செடிகள். வீட்டைச் சுற்றிலும் அழகான புல்வெளி. ஆறு அறைகள் கொண்ட பெரிய வீடு. அவ்வளவு பெரிய வீட்டில் இப்பொழுது சுந்தரி ஒண்டிக்கட்டை. கணவர் ராணுவத் திலிருந்து ஓய்வுபெற்று வந்த பிறகு இங்கே வீடு கட்டிக் கொண்டார்கள். ஏற்கெனவே குழந்தைகள் வளர்ந்து பெரியவர் களாக அவரவர்களின் வேலை, குடித்தனம் என்று இருந்தார்கள்.

இரண்டு மகன்கள், ஒரே மகள். நன்றாகப் படிக்க வைத்தார் கள். படித்த படிப்புக்குத் தகுந்த பண்பை அவர்களே வளர்த்துக் கொண்டார்கள். வாழ்க்கை நல்ல விதமாக, சந்தோஷமாகக் கழிந்து போய்க்கொண்டிருந்தது. கணவர் வேலையில் இருந்த போது சுந்தரி வெளிநாடுகளுக்கும் போய் வந்தாள். நாலு

இடமும் சுற்றிப் பார்த்தவள் என்பதால் ஒருவிதமான துணிச்சலும் பிடிவாதமும் சேர்ந்துகொண்டன. தனிமை வாழ்க்கையைப் பற்றிக் கவலையும் இருக்கவில்லை. மகன்கள் இருவரும் வெளி நாட்டில் செட்டிலாகிவிட்டார்கள். இருந்தால் மட்டும் என்ன? சர்வீஸ் முடிந்த பிறகு அப்பாவைப் போல் தாய்நாட்டிற்குத் திரும்பி வந்து உன்னிடமே இருப்போம் என்று சொல்லுவார்கள். வாய் வார்த்தையாகச் சொல்ல முடியுமே தவிர அவர்களால் இது முடியாத காரியம் என்று சுந்தரிக்கு நன்றாகவே தெரியும். ஏன் என்றால் அவர்களுடைய மனைவியர்கள் இந்த நாட்டைச் சேர்ந்தவர்கள் இல்லை. குழந்தைகளுக்கு வேர்கள் இங்கே இருப்பது தெரியாது. முழுவதுமாக மேல்நாட்டுப் போக்குடன் ஒன்றிவிட்ட குடும்பங்கள்.

மகளும் அதுபோலவேதான். இந்தியனைத்தான் கல்யாணம் செய்துகொண்டாள். ஆனாலும் ஆஸ்ட்ரேலியா குடியிருப்புத் தகுதியைப் பெற்றுவிட்ட பிறகு மறுபடியும் இங்கே வர வேண்டிய வேலை என்ன இருக்கிறது? வந்தாலும் தூரத்துச் சொந்தங்களைப் பார்ப்பதுபோல் ஒரு பார்வை. இரண்டு மாதங்கள் சேர்ந்தாற்போல் இருந்தால் பெரிய விஷயம்.

திரும்பவும் குழந்தையின் அழுகைக் குரல் கேட்டது. குழந்தை இல்லை அவன்! காத்யாயினி வாழ்க்கை அவனைச் சமாதானப்படுத்துவதில் முடிந்துவிடும்போல் இருக்கிறது.

சுந்தரியின் கணவருக்குத் தாய்நாட்டிடம், சொந்த ஊரிடம் பற்று அதிகம் என்பதால் இங்கே வந்து செட்டிலாகி விட்டார். வீட்டைக் கட்டிக்கொண்டு, எல்லா வசதிகளையும் ஏற்பாடு செய்துகொண்டு இங்கேயே கால் நூற்றாண்டுக் காலம் நிம்மதியாகக் கழித்து வந்தார்கள் அந்தத் தம்பதிகள்.

"எழுபதாவது வயதில் எனக்கு மரணகண்டம் இருக்கிறது சுந்தரி" என்று அடிக்கடி சொல்லி வந்தார்.

"அன்று நடக்கப்போவதை அப்பொழுது பார்த்துக்கொள்ளலாம். விடுங்கள்." கணவரின் பேச்சை நம்பியும் நம்பாமலும் சமாதானம் சொல்லி வந்தாள் சுந்தரி. எந்த நோய் நொடியும் இல்லாமல், மதியத் தூக்கத்தில் மூச்சு நின்றுபோய்விட்டது. டாக்டருக்குப் போன் செய்தபோது வந்து பார்த்துவிட்டு "டெத் சர்டிபிகேட் அனுப்பி வைக்கிறேன். பதற்றமடையாமல் நடக்க வேண்டியவற்றைப் பாருங்கள்" என்று சொல்லிவிட்டுப் போய்விட்டார். அவ்வளவுதான்.

அதெல்லாம் போன வருடம் நடந்து முடிந்த கதை.

ஸ்ரீவிரிஞ்சி

குழந்தைகளுக்குப் போனில் தகவல் தெரிவிக்கப்பட்டது. மூன்று பேருக்கும் மூன்றாவது நாள்தான் வர முடிந்தது. நான்கு நாட்கள் ஆறுதல் சொல்லிவிட்டுத் திரும்பிப் போவதை விட அவர்களால் செய்யக் கூடியது எதுவும் இருக்கவில்லை.

"ஒன்றாக இணைந்து வாழ்க்கையைக் கழித்தோம். இந்த வீட்டில் கால் நூற்றாண்டுக் காலம் குடித்தனம் நடத்தினோம். இப்பொழுது அவர் இல்லையே என்று நான் குழந்தைகளிடம் போவதாக இல்லை. என் கட்டையும் இதே இடத்தில் சாம்பலாக வேண்டும்." சுந்தரி தீர்மானித்து விட்டாள்.

தனியாக இருந்தால் என்ன? தெரிந்த ஊர். எல்லோருடைய மதிப்பும் மரியாதையும் பெற்ற இடம். கணவருக்கு வேண்டியவர் கள் நிறையபேர். எதற்காகவும் கவலைப்பட வேண்டியது இல்லை. நான்கு வருடங்கள் போனால் தனக்கும் வயது எழுபது ஆகிவிடும். யாருக்கும் பாரமாக இல்லாமல், யாரையும் சார்ந்து இருக்காமல் நிம்மதியாக இருந்து வந்தாள். யாராவது வந்து அறிவுரை ஏதாவது கேட்டால் தனக்குத் தெரிந்த விதத்தில் சொல்லுவாள். மற்றவர்களின் விஷயத்தில் தலையிட மாட்டாள். கடிதங்கள், தொலைபேசி உரையாடல்கள், குழந்தைகளுடன், பத்திரிகை வாசிப்பது, டிவி, ரேடியோ என்று நன்றாகப் பொழுது போய்க்கொண்டிருந்தது.

அது போன்ற சூழ்நிலையில் ஒருநாள் வீட்டுக்கு வந்தான் இருபத்தைந்து வயது நிரம்பிய இளைஞன் ஒருவன். பளிச்சென்ற ஆடையில் ரொம்ப ஸ்மார்ட்டாக இருந்தான். சுந்தரியைப் பார்த்ததும் வணக்கம் தெரிவித்தான்.

"யாருப்பா? என்ன வேண்டும்?" கேட்டாள் சுந்தரி.

அப்பொழுது சொன்னான் தன்னுடைய கதையை. எம்.ஏ. வரையில் படித்திருக்கிறானாம். சரியான வேலை கிடைக்க வில்லையாம். ட்யூஷன் சொல்லிக் கொடுத்து, டுடோரியல் காலேஜில் வேலை பார்த்து எப்படியோ பொழுதுபோக்கி வருகிறானாம். இந்த ஊரில் ஒரு தனியார் நிறுவனத்தில் வேலை கொடுப்பதாகச் சொல்லியிருக்கிறார்களாம்.

பாடம் சொல்லித் தரும் வேலை இல்லை. புத்தகங்களைத் தயாரிக்கும் நிறுவனத்தில் விற்பனை பிரதிநிதி. சம்பளம் நன்றாகத் தருவார்கள். ஆனால் மாநிலம் முழுவதும் அலைந்தாக வேண்டும். கல்லூரி, பள்ளிகளுக்குச் சென்று அங்குள்ள அதிகாரிகளைச் சந்தித்துக் கம்பெனி தயாரிக்கும் புத்தகங்களை, அட்லாசுகளை, வரைபடங்களை வாங்கும் விதமாகச் செய்ய

வேண்டும். பணக்காரர்கள் வீடுகளுக்குச் சென்று அவர்களுடைய லைப்ரரியில் கம்பெனிப் புத்தகங்கள் இருக்கும் விதமாகச் செய்யவேண்டும். கொஞ்சம் கடினமான வேலைதான் என்றாலும், ஓரளவுக்கு வருமானம் கிடைக்கும் வேலை. விற்பனையைப் பொறுத்து போனசும் தருவார்கள். சம்மதம் தெரிவித்து வேலையில் சேர்ந்துவிட்டான்.

“தம்பி! கல்யாணம் முடிந்து விட்டதா? குழந்தைகள் இருக்கிறார்களா?” என்று கேட்டாள்.

அவன் திடுக்கிட்டான். தன்னுடைய அதிர்ஷ்டம் முழுவதும் தான் சொல்லப்போகும் பதிலில் இருப்பது போலவும், முதுகுத்தண்டில் நடுக்கமெடுத்துக்கொண்டிருப்பது போலவும் தோன்றியது. “அதைத்தான் சொல்ல வருகிறேன். இருப்பதற்கு ஒரு வீடு வேண்டும். ஒரு அறை கிடைத்தாலும் சமாளித்துக் கொள்கிறேன். அவளுக்கு இது பிரசவ நேரம். பெரும் துணை என்று யாரும் இல்லை. என் குடும்பச் சூழல் தெரிந்த பிறகு யாரும் வீடு கொடுக்கச் சம்மதிக்கவில்லை” என்றான் வருத்தம் தோய்ந்த முகத்துடன்.

கஷ்டப்பட்டு உழைக்கும் வேலை. வயிறு நிரம்பச் சாப்பிட்டு விட்டு ஓய்வெடுத்துக் கொள்வதற்குத் தேவை வீடு. அதற்கு மற்றவர்களை யாசிக்க வேண்டிய நிலை வந்துவிட்டதேயென சுந்தரி ஒரு நிமிடம் திகைத்துப் போனாள்.

“உங்களிடம் கேட்கலாமோ கூடாதோ என்று தெரியவில்லை. தயவுசெய்து உங்கள் வீட்டில் ஒரு அறையை, அவுட்ஹவுசாக இருந்தாலும் பரவாயில்லை. கொடுத்தால் போதும்” என்றான்.

அவுட்ஹவுசில் வேண்டாத சாமான்களை எல்லாம் ஒரு வாரத்திற்கு முன்னால்தான் ஆட்களைக் கொண்டு ஒழுங்கு படுத்தி வைத்தாள். கொடுத்தால் வீட்டிலேயே ஓர் அறையை, வராண்டாவைக் கொடுக்க வேண்டும். அவ்வளவுதானே ஒழிய அவுட்ஹவுஸைக் கொடுப்பது முடியாத காரியம்.

ஆனாலும் யாரோ முன்பின் தெரியாதவனை, மனைவியுடன் . . . அதிலும் பிரசவத்திற்குத் தயாராக இருப்பவளை வீட்டில் சேர்த்துக்கொள்வதாவது!

சொந்த ஊர், பெயர் விவரங்களை கேட்டபோது எதுவும் மறைக்காமல் வெளிப்படையாகச் சொன்னான். இந்த மாநிலத்தைச் சேர்ந்தவர்கள் இல்லை.

16 ஸ்ரீவிரிஞ்சி

கல்லூரியில் படிக்கும்போது ஏற்பட்ட அறிமுகம் காதலாக மாறியது. கொஞ்சம் அவசரப்பட்டு விட்டார்கள். பெண்ணின் பெற்றோருக்கு விருப்பமிருக்கவில்லை. அதனால் அந்தப் பெண்ணை அழைத்துக்கொண்டு வேறு மாநிலத்திற்கு வந்து ஏதோ வேலை செய்துகொண்டு காப்பாற்றி வருகிறான். தன்னை நம்பி வந்த காத்யாயினிக்கு ஒரு நாளும் அநியாயம் செய்யப் போவதில்லை. கல்யாணம் என்று ஆகாவிட்டாலும் அவளுக்குப் பிறக்கப்போகும் குழந்தைக்கு தான்தான் தந்தை. இந்த விஷயம் அரசல் புரசலாகத் தெரிந்த எவருமே வீடு கொடுப்பதற்கு முன்வரவில்லை. உள்ளூரைச் சேர்ந்தவன் இல்லை என்பது ஓர் ஆட்சேபணை என்றால், வேண்டாத விவகாரம் இன்னொரு தடை.

“பெண்ணை அழைத்து வந்து காட்டு. பிறகு சொல்கிறேன்” என்றாள் சுந்தரி.

ஒரு மணி நேரத்தில் அழைத்து வந்தான். ஹோட்டல் அறையில் ஓய்வெடுத்துக்கொண்டிருந்தாள் காத்யாயினி. இன்னும் ஒரு வாரத்தில் பிரசவமாகிவிடுமெனக் கணித்தாள் சுந்தரி. அந்தடப் பெண் சொன்ன குளிமுறை கணக்கும் ஒத்துப் போயிற்று. “ஆஸ்பத்திரியில் பிரசவத்திற்கு ஏற்பாடு செய்கிறேன். அதற்குப் பிறகாவது தங்குவதற்கு வீடு வேண்டும் இல்லையா” என்றான் தீனமான முகத்துடன்.

அந்த முகத்தில் சுந்தரிக்கு ஏதோ ஜாடை இருப்பது போல் தோன்றியது. மூத்தவனோ சிறியவனோ இந்த வயதில் இப்படித்தான் இருந்தான். அவளுக்குத் தெளிவாக விளங்க வில்லை. ஆனால் அந்த இளைஞனுக்கு உதவி செய்ய வேண்டு மென நினைத்தாள். வெளியில் மட்டும் கம்பீரமாக “சரி, ஜாக்கிரதையாக இருப்பதாகச் சொன்னால், பக்கத்து அறை, அதை ஒட்டியிருந்த வராண்டாவையும் தருகிறேன். நான் ஒண்டியாள். நிசப்தமாக இருப்பது என் வழக்கம். சத்தங்கள், சச்சரவுகள் எதுவும் இருக்கக் கூடாது. எனக்கு விருப்பம் இல்லை என்று சொன்னால் நான்கு நாட்களில் கிளம்பிப் போய்விட வேண்டும்” என்றாள்.

“நீங்க எப்படிச் சொல்றீங்களோ அதுபோலவே இருப்போம். நாங்கள் எவ்வளவு நல்லவர்களெனப் போகப் போக உங்களுக்குப் புரியும் மாமி” என்றாள் காத்யாயினி உடனே.

இந்தப் பெண்ணுக்கு மாமியாரின் கொடுமை இல்லாதது ஒரு குறையாக இருக்கும் போலிருக்கு. மனத்தில் நினைத்துக் கொண்டாள் சுந்தரி.

ஆஸ்பத்திரியில் பிரசவித்துவிட்டு மூன்றாவது நாளே வீட்டுக்கு வந்துவிட்டாள் காத்யாயினி.

அவள் கணவன், அவன் பெயர் என்னவென்றுகூட நினைவில் வைத்துக்கொள்ளவில்லை. அநேகமாகப் பகல் நேரத்தில் வீட்டில் இருக்க மாட்டான். காலை, மாலையில் டீ, காபி தானே போடுவான். காத்யாயினிக்கும் தருவான்.

"எனக்காகச் சமையல்காரி எப்படியும் சமைக்கப் போகிறாள். உங்களுக்கும் சேர்த்துச் சமைக்கச் சொல்கிறேன். உனக்கு உடம்பில் கொஞ்சம் தெம்பு வரும் வரையில் கூச்சப் படாமல் வாங்கிக்கொள். இந்தச் சமயத்தில் உடம்பை ஜாக்கிரதையாகப் பார்த்துக்கொள்வது முக்கியம். இல்லை என்றால் பின்னால் உனக்குத்தான் இடைஞ்சல்" என்றாள் சுந்தரி.

காத்யாயினி வெளியில் சொல்லவில்லை என்றாலும் மனத்தில் நன்றியைத் தெரிவித்துக் கொண்டாள்.

"நடுத்தெருவில் ஆதரவற்று இருந்த எங்களை அழைத்து வந்து அடைக்கலம் கொடுத்தீங்க. என்ன செய்தால் இந்த நன்றிக் கடனை எங்களால் தீர்த்துக்கொள்ள முடியும்? தினமும் காலையில் நமஸ்காரமாவது பண்ண அனுமதி கொடுங்கள்" என்றான் அந்த இளைஞன்.

"எங்க மகனுக்கு மாமாவின் பெயரை வைக்கலாம் என்று இருக்கிறோம். அனுமதி கொடுங்களேன்" என்றாள் காத்யாயினி, பெயர்சூட்டு விழா அன்று.

ஆர்ப்பாட்டம் எதுவும் இல்லை. சுந்தரியின் வாயால் குழந்தையின் காதில் "சகதேவ்" என்று மூன்று முறை அழைக்கச் செய்தார்கள். அப்படி அழைக்கும்போது அந்த வயதிலும் சுந்தரியின் கன்னங்கள் செம்மையாவதைக் காத்யாயினி தம்பதிகள் கவனிக்கத் தவறவில்லை.

சகதேவன் பொக்கைவாய்ச் சிரிப்பால் சுந்தரியைத் தன் பால் ஈர்த்துக்கொண்டிருந்தான். குழந்தைக்கு வேண்டியதைத் தன்னையும் அறியாமலேயே சுந்தரி ஏற்பாடு செய்து கொண்டிருந்தாள்.

"இரவு நேரத்தில் உங்களுக்கு ரொம்ப இடைஞ்சலாக இருக்கிறது போலும். எனக்கும் வழி தெரியவில்லை. நாளுக்கு நாள் சகதேவனின் பொல்லாத்தனம் அதிகமாகிக்கொண்டிருக் கிறது. சமாதானப்படுத்த முடியவில்லை" என்றாள் காத்யாயினி.

"குழந்தை அழாமல் பார்த்துக்கொள் போதும்" என்றாள் சுந்தரி.

"பெண்ணே! உங்க அம்மா அப்பாவுக்கு இந்த விஷயத்தைத் தெரியப்படுத்தினாயா?" சுந்தரி கேட்டாள் ஒருநாள்.

இல்லை என்று சொன்னபோது காரணம் கேட்டாள் சுந்தரி.

"என் முகத்தைப் பார்க்கவும் விருப்பமில்லை என்று சொல்லிவிட்டார்கள். நான் என்னவாகிவிட்டேன் என்றுகூட அவர்களுக்குக் கவலையில்லை. என் நினைப்பே அவர்களுக்கு இல்லை. வேண்டாம் என்று விலகிப் போய் விட்டவர்களைத் திரும்பவும் நெருங்கி இல்லாத அன்பை வெளிப்படுத்தி நடிக்க எனக்குத் தெரியாது மாமி" என்றாள்.

சுந்தரி மேற்கொண்டு எதுவும் கேட்கவில்லை.

நிலைமை சாதகமாகி இவர்கள் தங்களுடைய வழியில் போய்விட்டால், அப்பொழுது திரும்பவும் தன்னுடைய தனிமை உலகத்திற்குள் முடங்கி விடலாம். ஆனால் தற்சமயம் காலம் தனக்கு ஏதுவாக இல்லை. நள்ளிரவில் குழந்தையின் அழுகை... காத்யாயினியின் தாலாட்டு...

கணவன் மனைவி வாய்விட்டுப் பேசிக்கொள்ள முடியாமல், மனப்பூர்வமாகச் சிரித்துப் பொழுதுபோக்க முடியாமல், அவர்களுடைய வீட்டிலேயே திருடர்களைப்போல் பதுங்கிப் பதுங்கி நடந்துகொள்வதைப் பார்க்கும்போது சுந்தரிக்குக் கஷ்டமாக இருக்கும்.

"உங்கள் விருப்பம்போல் இருந்துகொள்ளுங்கள்" என்று சொல்ல மட்டும் வாய் வரவில்லை. கொஞ்சம் இடம் கொடுத்தால் தலையில் ஏறி உட்கார்ந்துவிட்டால் என்ன செய்வது? இந்தக் காலத்தில் யாரைத்தான் நம்ப முடிகிறது?

பார்க்கப் போனால் ஜூனியர் சகதேவ் இந்த வீட்டை அவர்களுக்கு எழுதிக் கொடுத்து விடுவான் போலிருந்தது.

மதியம் அந்த இளைஞன் ஒரு மணி வாக்கில் வீட்டிற்கு வருவான். ஆனால் அழைப்பு மணியை அழுத்த மாட்டான். தனக்கு இடைஞ்சலாக இருக்குமே என்று. காத்யாயினி முடிந்த வரையில் வாசல் பக்கம் ஒரு கண் வைத்திருப்பாள் பூனையைப் போல் நடமாடுவார்கள் இருவரும். கரண்டி, பாத்திரம் எதுவும் ஓசைப்படுத்தாமல் ஜாக்கிரதையாக இருப்பார்கள். அவர்கள் சத்தமாகக் கொட்டாவி விடுவதைக்கூட மறந்து விட்டார்களோ

என்று நினைக்கத் தோன்றும் சுந்தரிக்கு. இந்த வீட்டில் இருப்பது அவர்களுக்கு எத்தனையோ இடைஞ்சலாக, கீக்கிடமாக இருக்கிறது. அப்படியும் தன்னுடைய பாதுகாப்பில் நிம்மதியாக வாழ்ந்துகொண்டிருக்கிறார்கள். இந்த வயதில் இருக்க வேண்டிய சுதந்திரம் இல்லை என்றாலும் பாதுகாப்பு மட்டும் கிடைத்திருக்கிறது.

அவர்களால் தனக்கும் இடைஞ்சல் இருப்பது உண்மை தான். தினசரி வேலைகள் தலைகீழாக மாறிவிட்டிருந்தன. குழந்தைக்குக் கொஞ்சம் உடல்நலம் சரியாக இல்லை என்றாலும் தானே கேட்டுத் தெரிந்துகொண்டு டாக்டருக்குப் போன்செய்ய வேண்டும். வேளைக்கு மருந்து கொடுப்பதை நினைவுபடுத்த வேண்டும். குழந்தையின் சிரிப்புச் சத்தம், விளையாட்டுச் சத்தம், அழுகை எல்லாவற்றையும் சகித்துக்கொள்ள வேண்டும். "எங்களால் உங்களுக்கு ரொம்பச் சிரமம்" என்பான் அவன். இல்லை, பரவாயில்லை என்று எதுவும் சொல்ல மாட்டாள் சுந்தரி. கம்பீரமாக இருந்து விடுவாள்.

"உன் கருணை, இரக்கம் இதையெல்லாம் உன் மனத்தி லேயே வைத்துக்கொள். வெளியில் மட்டும் சீரியஸாக இருப்பது போல் காட்டிக்கொள். கொஞ்சம் இரக்கம் காட்டினாய் என்றால், எதிராளியின் கண்கள் தலைக்கு ஏறிவிடும். இந்த உலகத்தில் இருந்துகொண்டே, இத்துடன் எந்தச் சம்பந்தமும் இல்லாததுபோல் காட்டிக்கொள்ள வேண்டும். இல்லை என்றால் இந்த உலகத்தில் சமாளித்துக் கொண்டு வர முடியாது" என்று சொல்லுவார் சுந்தரியின் கணவர்.

வாழ்க்கையைப் பற்றி இது போன்ற நெளிவு சுளிவுகள் பலவற்றைச் சுந்தரி தெரிந்துவைத்திருந்தாள். அவற்றைப் பயன் படுத்தும் தருணம் மட்டும் அவளுக்கு ரொம்ப அரிதாகத்தான் வாய்க்கும்.

குழந்தைக்கு ரொம்ப உடம்பு சரியில்லாமல் போய் விட்டிருந்தது ஒருமுறை. குழந்தையின் தந்தை ஊரில் இல்லை. இரண்டு நாட்கள் வரையில் வரப் போவதில்லை.

சுந்தரி டாக்டருக்குப் போன்செய்து வேண்டிய ஏற்பாடு களைக் கவனித்துக்கொண்டாள். டாக்டர் பரவாயில்லை, என்று உறுதிமொழி வழங்கினார்.

காத்யாயினி கண்ணீரை அடக்கியபடிப் பார்த்துக் கொண்டிருந்தாள். வாய்விட்டு அழுவதற்கும் அவளுக்குத் தைரியம் இருக்கவில்லை. சுந்தரிக்குத் தான் பட்ட சிரமத்தை விட அந்தப் பெண்ணின் இயலாமையை நினைக்கும்போது வருத்தமாக இருந்தது.

வேளையில்லாத வேளையில் ஏதாவது செய்ய வேண்டி யிருக்கும் அவர்களுக்காகவும் குழந்தைக்காகவும். பணத்திற்குத் தட்டுப்பாடு இல்லாவிட்டாலும் அவர்களுக்காகச் செய்யும் செலவு கணக்கிற்கு மிஞ்சிக் கொண்டிருந்தது. எதற்காகத் தலைக்கு மிஞ்சிய வேலைகள் தனக்கு?

யாரோ முன் பின் தெரியாதவர்களைக் கொண்டுவந்து வீட்டில் குடி வைத்திருக்கிறேன் என்று குழந்தைகளிடம் கடிதத்திலோ போனில் பேசும்போதோகூடச் சொல்லவில்லை. நீக்குப் போக்குத் தெரியாத தன்னுடைய அப்பாவித்தனத்தைக் கண்டு அவர்கள் சிரிக்க மாட்டார்களா?

தனியாக இருப்பது கஷ்டமாக இருந்தால் உடனே விமானத் தில் ஏறச் சொல்லி மூன்று பேரும் மூன்று டிக்கட்டுக்களை அனுப்பிவைத்தாலும் வைப்பார்கள்.

சுந்தரி யோசனையில் ஆழ்ந்து போய்விட்டாள். காத்யாயினி சொந்த மருமகள்போல் அடங்கி ஒடுங்கி இருந்தாள். அந்தப் பெண்ணின் மீது தன்னுடைய அதிகாரம் எதற்காக? தெரிந்தோ தெரியாமலோ பெருந்துணை என்ற பொறுப்பு தன்மீது சுமத்தப் படுவானேன்?

படிக்க வேண்டிய புத்தகங்கள் குவிந்துவிட்டன. முன்னைப் போல் சுறுசுறுப்பும், படிப்பில் ஆர்வமும் குறைந்துவிட்டிருந்தன. தான் ஒன்றும் பரீட்சைக்குத் தயாராகப் போவதில்லை என்றாலும், புத்தகம் வாசிப்பதில் இருந்த ரசனை குழி தோண்டிப் புதைத்து விட்டாற்போல் ஆகிவிட்டது.

நள்ளிரவில் ரேடியோ, டிவி, போட்டுக் கேட்பதற்கும் பார்ப்பதற்கும் தயக்கம். குழந்தைக்கு இடைஞ்சலாக இருக்குமோ என்ற தயக்கம். காத்யாயினியை, அவள் மகனை, கணவனை வேறு இடத்தைப் பார்த்துக்கொண்டு என்னை என் போக்கிற்கு நிம்மதியாக விடுங்கள் என்று கேட்டு விடுவது எளிதுதான். கேட்ட நான்கு நாட்களில் அதை அப்படியே செயல்படுத்தவும் செய்வார்கள். தான் வைத்திருந்த நிபந்தனை அது ஒன்றுதான். அதை அவர்கள் மீறுவார்கள் என்பதற்கு எந்தக் காரணமும் இல்லை. இருந்தாலும் சுந்தரிக்கு அந்தப் பேச்சை எடுப்பது அசாத்தியமாக இருந்தது. அந்த எண்ணமும் மனத்தில் நிலையாக இருக்க மறுத்தது.

எதற்காக இப்படித் தயங்கிக் கொண்டும் எல்லாவற்றுக்கும் சமாதானப்பட்டுக் கொண்டும் பொழுதைப் போக்கிக்கொண் டிருக்கிறோம் என்று சுந்தரிக்கே புரியவில்லை.

காத்யாயினி கணவனிடம் தன் மகன்களின் சிறு வயது ஜாடை இருப்பதும் காரணம் இல்லை.

காத்யாயினி தன்னை மாமி என்று அன்புடன் விளித்தபடி நெருங்கிவிட்டதற்காக இல்லை.

சகதேவ் தன் மடியில் விளையாடிக்கொண்டிருப்பதற் காகவும் இல்லை.

தாய் மண்ணை விட்டு வேறு மாநிலத்தில், இந்த இளம் தம்பதிகள், சமுதாயக் கட்டுப்பாடுகளை மீறி நடந்துகொள்வதால் பல இன்னல்களுக்கு உள்ளாகி, துர்பரமான வாழ்க்கையை அனுபவிக்கப் போகிறார்களே என்பதற்காகவும் இல்லை.

சுந்தரி அந்தப் பேச்சை எடுக்காமல் இருந்ததற்கு ஒரே ஒரு காரணம்...

நாற்பது வருடங்களுக்கு முன்னால் இன்றைய காத்யாயினி போல் கல்யாணம் ஆகாத கன்னித்தாய் அவள்! தன்னுடைய வாழ்க்கை எல்லாவிதமாகவும் நல்லபடியாகப் போய்க் கொண்டிருக்கிறது. முடிந்தவரையில் தன்னைப் போன்றவர் களுக்குத் துணையாக நின்று கைகொடுக்க வேண்டாமா பின்னே ?

புதிய முடிவு

டைரக்டர்ஸ் மீட்டிங்கிற்குத் தேவையான ஏற்பாடு களைச் செய்துகொண்டு, பல நகரங்களில் இருக்கும் பிரதிநிதிகள் அனுப்பி வைத்த சமாச்சாரத்தை ஒன்றாகத் திரட்டி, தமக்கு வேண்டிய விதமாக மாற்றியமைத்துக் கொண்டு அன்றைய பொழுதைக் கழித்துவிட்டான் மூர்த்தி. ஆறுமணியாகிவிட்டது. டைரக்டர்கள் எல்லோ ரும் தங்களுடைய தங்குமிடத்திற்குப் போய்விட்டார்கள். என்ன முடிவுகள் எடுக்கப்பட்டன என்று மறுநாள் மேனேஜிங் டைரக்டர் தன்னை அழைத்துச் சொன்னால் தவிரத் தெரியப்போவதில்லை. இருந்தாலும் புதிதாக என்ன இருக்கப் போகிறது? எல்லாம் தான் தயாரித்துக் கொடுத்த குறிப்புகளின் படிதான் நடக்கும். எந்த விஷயத் தையும் சாதகமாக மாற்றிக்கொள்ள அவனுக்கு நன்றாகவே தெரியும். அதுகூடத் தெரியவில்லை என்றால் எம்.பி.ஏ. வரையில் படிப்பானேன்? மேனேஜ்மென்ட் கோர்சுகள் என்னும் பெயரில் ஒவ்வொரு வருடமும் இரண்டாயிரம் ரூபாய் கம்பெனி பணத்தை வீணாக்கு வானேன்?

க்ரூப் எக்ஸிக்யுடிவ் மூர்த்தி கம்பெனி காரில் வீட்டுக்கு வந்துசேர்ந்தான். குளிர்ந்த நீரில் குளியலை முடித்துக் கொண்டு உடைகளை மாற்றிக்கொண்டான். இப்பொழுது என்ன செய்வது? எந்த வேலையும் வைத்துக் கொள்ளாமல் உடலுக்கும் உள்ளத்திற்கும் ஓய்வு தருவதா? அல்லது எங்கேயாவது போய் நண்பர்கள் யாரையாவது சந்திப்பதா என்று யோசித்துக்கொண்டு இருக்கும்போதே தொலைபேசி மணி அடித்தது. இந்தத் தொலைபேசி

அழைப்பு அன்றைய மாலைப் பொழுதைத் தீர்மானிக்கும் என்று நினைத்துக் கொண்டே ரிசீவரை எடுத்தான் மூர்த்தி.

மறுமுனையில் சாம்பசிவம் "வருகிறாயா? என்னை வரச் சொல்கிறாயா?" என்று கேட்டார்.

"இன்னும் பத்து நிமிடங்களில் உங்கள் வீட்டில் இருப்பேன்" என்று சொல்லிப் போனை வைத்துவிட்டான் மூர்த்தி. அவர்கள் வீட்டுக்குப் போய் ரொம்ப நாட்களாகிவிட்டது. வாரத்திற்கு ஒரு முறையாவது அவர்களைப் பார்க்கவில்லை என்றால் மூர்த்திக்கு ஏதோ குறையாய் இருக்கும்.

"வாப்பா வா. கண்ணில் படுவதே இல்லையே?" நான்கு நாட்கள் சேர்ந்தாற்போல் அவனைப் பார்க்கவில்லை என்றால் ஜெகதாம்பாள் விசாரிப்பாள்.

"என்ன செய்யட்டும் மாமி? ஆபீசில் வேலை அதிகம். நேற்றுத்தான் டூரிலிருந்து வந்தேன்... ஒரே களைப்பு... தினமும் வந்து உங்கள் மாலை வேளையை நாசமாக்குவானேன் என்று தயங்கினேன்... கிளம்பலாம் என்று நினைக்கும்போது யாரோ வந்துவிட்டார்கள்... உங்களுடைய அழைப்புக்காக எதிர்பார்த்துக்கொண்டு இருந்தேன்".

இப்படிச் சமயத்திற்குத் தக்கவாறு ஏதோ ஒரு பதில் சொல்வது அவனுக்கு வழக்கமாகி விட்டிருந்தது.

"ஆமாம். ஆமாம். இந்த வயதில் வேலை செய்யவில்லை என்றால் இனி எப்போ செய்யப் போகிறாய்? நாற்பது வயதாகி விட்டால் இனி அந்த மனிதன் முழுமை அடைந்து விட்டாற் போல்தான். ஏன் என்று கேட்பதற்கு யாரும் இருக்க மாட்டார்கள்". சாம்பசிவம் சொல்லுவார்.

மூர்த்திக்கு அந்தத் தம்பதிகளிடம் மதிப்பும் நெருக்கமும் அதிகம். "நான் சாதாரணச் சிவன் என்று நினைத்து விட்டாயா? அம்பாளுடன் சேர்ந்து இருக்கும் சிவன். ஜெகதாம்பாள்தான் என்னை வழி நடத்திக்கொண்டிருக்கிறாள்." மனைவியைப் பற்றிப் பேச்சு வந்தபோதெல்லாம் அவர் சொல்லுவார். "வாழ்க்கையில் எதையாவது சாதித்தோம், சம்பாதித்தோம், சமரசத்துடன் காலத்தைக் கழித்துக்கொண்டிருக்கிறோம் என்றால்... எல்லாவற்றுக்கும் இல்லத்தரசிதான் காரணம். இந்த விஷயம் தெரியாமல்தான் பலபேர் தங்களுடைய வாழ்க்கையைத் துக்கமயமாக்கிக்கொள்கிறார்கள்" என்று சொல்லுவார். சமரசம் நிரம்பிய வாழ்க்கையைப் பற்றி, அன்யோன்யத்தைப் பற்றி அவருக்குச் சில உறுதியான கருத்துகள் இருந்தன.

ஜெகதாம்பாள் கொடுத்த சூடான காபியைப் பருகிவிட்டுப் பாக்கை வாயில் போட்டுக்கொண்டே "இனி சொல்லுங்கள்" என்றான் மூர்த்தி.

சாம்பசிவம் லேசாக முறுவலித்தார். "என்னைப் பேசும் இயந்திரம் என்று நினைத்து விட்டாயா? நீ ஏதாவது சொல்லு வாய் என்றுதான் உனக்காகத் தினமும் புலம்பிக்கொண்டு இருக்கிறோம்" என்றார்.

"குழந்தைகளிடமிருந்து கடிதம் வந்துகொண்டு இருக்கிறதா?" அவருடைய பேச்சைத் திசை திருப்புவதற்காகக் கேட்டான் மூர்த்தி.

"நேற்று இரவு பெரியவன் பேசினான். மகளிடமிருந்து கடிதம் வந்து இரண்டு நாட்களாகிறது. சின்னவனிடமிருந்து நாளையோ மறுநாளோ வர வேண்டும்" சொன்னாள் ஜெகதாம்பாள்.

"புதிதாகப் பாட்டு ஏதாவது கேட்டாயா சமீபத்தில்?" கேட்டார் சாம்பசிவம்.

மூர்த்தி மார்கெட்டில் புதிதாக வந்த காசெட்டுகளைப் பற்றி, சிடிக்களைப் பற்றித் தகவல் தெரிவித்தான். கம்பெனி டைரக்டர்களிடம் சொன்னது போலவே அவற்றின் சிறப்பு களை, குறைகளைத் தன்னுடைய கருத்தையும் சேர்த்துச் சொன்னான்.

"நீங்கள் கட்டாயம் கேட்க வேண்டிய காசெட்டுகள் இரண்டு இருக்கின்றன. நாளை ஆபீசுக்குப் போனதும் அனுப்பி வைக்கிறேன். மதியம் கேட்டுவிட்டு, நாளை மாலையில் நான் வரும்போது தங்களுடைய கருத்தைத் தெரிவிக்க வேண்டும். அந்த இரண்டில் ஒன்று மாமிக்கு ரொம்பவும் பிடித்துப் போகும். பார்த்துக்கொண்டேயிருங்கள்."

"என்ன அது? மகாலக்ஷ்மி ஸ்தோத்திரப் பாடல்களா?" கேட்டார் சாம்பசிவம்.

"சொல்ல மாட்டேன். நீங்களே கேளுங்கள்."

"இது போன்ற சஸ்பென்சுகளை நிறைய பார்த்திருக்கிறோம். அவசரமே இல்லை. நீ அனுப்பி வை. நாளை மாலைக்குள் அதில் இருக்கும் குறைகளை எல்லாம் தொகுத்துச் சொல்கிறேன். கேட்டுக்கொள்" என்றாள் ஜெகதாம்பாள்.

அவ்விருவருடன் சேர்ந்து மூர்த்தியும் சிரித்தான்.

"அது கிடக்கட்டும். நான் சொன்ன விஷயத்தைப் பற்றி ஏதாவது யோசித்துப் பார்த்தாயா இல்லையா?" திடீரென்று கேட்டார் சாம்பசிவம்.

"ரொம்ப நேரம் யோசித்துப் பார்த்த பிறகு அந்த விஷயத்தில் அவ்வளவு தூரம் யோசிக்க வேண்டியது எதுவும் இல்லையெனத் தோன்றிவிட்டது. அதனால் யோசிப்பதை நிறுத்திவிட்டேன். கரிஷ்யே வசநம் தவ! என்று அர்ஜுனன் சொன்னதுபோல் நீங்க என்ன சொல்கிறீர்களோ அதன்படிச் செய்வதாக முடிவு செய்துவிட்டேன். அவ்வளவுதான்."

"மொத்தத்தில் கம்பெனி எக்ஸிக்யூடிவ்களுக்குப் பகவத் கீதை வகுப்புகள், வேதாந்தச் சொற்பொழிவுகள் ஏற்பாடு செய்தது இந்த விதத்தில் பயன்பட்டது போலும்" என்றார் சாம்பசிவம்.

"இன்னொருத்தர் சொன்னதுபோல் செய்வது நல்லதுதான். ஆனால் நாமும் சொந்தமாக யோசிக்க வேண்டும். அந்தக் காரியம் சரியானதுதானா, உசிதம்தானா என்று உறுதிப்படுத்திக் கொண்ட பிறகு செய்வது நல்லது. அறிவுரைகளுக்கு என்ன வந்தது? யார் வேண்டுமானாலும் தருவார்கள். கேட்கும்போது எல்லாமே சரியாக இருப்பது போல்தான் இருக்கும், நேர் எதிராக இருந்தாலும்" என்றாள் ஜெகதாம்பாள்.

ரொம்ப எளிதாக இருக்கும் விஷயத்தையும் கஷ்டமானதாக உருவகப்படுத்துவதில் மாமிக்கு நிகர் மாமியேதான் என்று மூர்த்தி நினைத்துக்கொண்டான். அதை வெளியில் சொன்னால் அவள் மனம் நோகக் கூடும் என்று சும்மாயிருந்துவிட்டான்.

இருபது நாட்களுக்கு முன்னால் சாம்பசிவம் சிறிய சொற்பொழிவை ஆற்றினார். அதன் சுருக்கம் என்னவென்றால், மூர்த்தி தன் திருமண விஷயத்தில் இனியும் அலட்சியம் செய்வது நல்லது இல்லை என்பது.

"தெரிந்தோ தெரியாமலோ, இல்லை உரிமை எடுத்துக் கொண்டு செயல்படுபவர்கள் இல்லாததாலோ, இது வரையிலும் திருமணம் பற்றிய எண்ணம் உன் மனத்தில் விழவில்லை. சரி, இப்பொழுதும் ஒன்றும் மிஞ்சிப் போகவில்லை. உன் வாழ்க்கையை நீதான் செழிப்பாக மாற்றிக்கொள்ள வேண்டும்" என்றார் சாம்பசிவம்.

மூர்த்திக்குத் தாய் தந்தை இல்லை. உறவினர்கள், நெருங்கியவர்கள் யாரையும் தெரியாது. அநாதை இல்லத்தில்

வளர்ந்தான். அதிர்ஷ்டம் இருந்ததால் படிப்பும் நல்ல பண்பும் கைகூடியது.

வாழ்க்கையில் பந்தங்களை, பிணைப்புகளை ஏற்படுத்திக் கொள்வதைவிட, முடிந்தவரையில் நிம்மதியாக, எந்தப் பிரச்சினைகளும் இல்லாமல் காலத்தைக் கழித்துவிடுவது நல்லது என்பது அவன் எண்ணம்.

வழிகாட்டும் பெரியவர்கள் யாரும் இல்லாததால் திரு மணத்திற்கான பிரஸ்தாபனைகள் அவன் வரையில் வாராமல் போய்விட்டன. சுபாவத்திலேயே குறைவாகப் பேசுபவன் என்பதால் தன்னைப் பற்றி யாரிடமும் அதிகமாக வெளிப் படுத்திக் கொண்டதும் இல்லை.

"எல்லோருடைய வாழ்க்கையும் ஒரே மாதிரி இருக்காது மூர்த்தி! யாருக்கு என்ன தேவைகள் இருக்கோ அதன்படி தான் வாய்ப்புகளும் கிடைக்கும். அதற்காக நாம் கைகளைக் கட்டிக்கொண்டு உட்கார்ந்திருக்க வேண்டியது இல்லை. உன்னை எம்.பி.ஏ. படிக்கச் சொல்லி யார் சொன்னார்கள்? பெரிய வேலையைத் தேடிக்கொள்ளச் சொல்லி யார் வலி யுறுத்தினார்கள்? அதுபோலவே உன் வாழ்க்கைத் துணையை நீதான் தேர்ந்தெடுத்துக்கொள்ள வேண்டும். யாரும் எதுவும் சொல்லவில்லை என்று நமக்கு வேண்டியதை நாம் எடுத்துக் கொள்ளாமல் இருப்போமா? அது யோக்கியமான காரிய மாகுமா? எல்லாவற்றுக்கும் பிறரைச் சார்ந்திருந்தால் நமக்குச் சொந்தமாக மூளை இருந்து என்ன பயன்?" என்று விலாவாரி யாக மூர்த்தியிடம் பேசினார் சாம்பசிவம்.

மூர்த்திக்குத் தன்னுடைய வாழ்க்கையில் புதிய அத்தியா யம் தொடங்கப் போவதாகத் தோன்றியது. சாம்பசிவம் போன்ற நல்லவர்களின் அறிமுகம் கிடைத்தது தன்னுடைய சுகிர்தம்தான்.

○

"திருமணம் தேவையா இல்லையா என்பதைப் பற்றி இரண்டு அபிப்பிராயங்கள் இல்லை. மனிதனின் வளர்ச்சிக்கும் வாழ்க்கை முழுமையடைவதற்கும் அது ரொம்ப அவசியம். ஆனால் சில கட்டுப்பாடுகளை, ஆன்மீக மதிப்பீடுகளைத் திருமணத்துடன் பிணைத்து நம்மவர்கள் சாதாரண விஷயங் களைக்கூடக் கஷ்டங்கள் நிறைந்ததாக, வெறும் சடங்காக மாற்றிவிட்டார்கள். இருந்தாலும் இதைப் பற்றிய வாதம் உனக்குத் தேவையில்லை. நீ ஒன்றும் தெரியாதவன் இல்லை.

நன்றாக யோசித்துப் பார். திருமணம் செய்துகொள்ளும் எண்ணம் இருந்தால் என்னிடம் சொல்லு" என்றார் அவர்.

வாழ்க்கையின் அர்த்தம் பரமார்த்தம் என்று வேதாந்தமான மொழியில் அல்லாமல் மூன்றே வார்த்தைகளில் விளக்கமாகச் சொல்லிவிட்டார். தான் அதைப் பற்றி யோசித்துக்கொண்டு இருக்கும்போதே சாம்பசிவம் அந்தப் பேச்சை எடுத்தது மூர்த்திக்குச் சந்தோஷமாக இருந்தது.

"அப்படி என்றால் நான் சொல்வதைக் கேட்டுக்கொள். எங்களுக்குத் தெரிந்த ஒரு பெண்மணி இருக்கிறாள். ஆனால் விதியால் வஞ்சிக்கப்பட்டவள். ரொம்பச் சின்ன வயதிலேயே தன்னுடைய மகளை தனியளாய் வளர்க்க வேண்டிய சூழ்நிலை வந்துவிட்டது. இப்பொழுது மகளுக்குத் திருமணம் செய்ய வேண்டும் என்ற எண்ணத்தில் இருக்கிறாள். உனக்குச் சம்மதம் என்றால் அந்தப் பெண்ணைப் பார்ப்பதற்கு ஏற்பாடு செய்கிறேன். மற்ற விஷயங்களைப் பின்னால் பேசிக் கொள்ளலாம்" என்றார் சாம்பசிவம்.

"உன்னைப் போன்றவன் மாப்பிள்ளையாகக் கிடைத்தால் அமிர்தவல்லியின் கஷ்டங்கள் எல்லாம் தீர்ந்துவிடும். உன்னிடம் புகழ்ந்து பேசுவதாக நினைக்காதே. அவளுடைய மகள் சுமதி உண்மையிலேயே உனக்குப் பொருத்தமானவள் என்பது என் அபிப்பிராயம். இந்த வருடம்தான் பி.ஏ. பாஸ் செய்திருக்கிறாள். மேற்கொண்டு படிக்க வைக்க வேண்டும் என்ற எண்ணமும் அமிர்தவல்லிக்கு இருக்கிறது. ஆனால் மகளின் வாழ்க்கை தன்னைப்போல் ஆகிவிடக் கூடாது என்றும், நல்ல பையன் யாராவது கிடைத்தால் கல்யாணம் செய்து கொடுத்து விட்டு நிம்மதியாக இருக்கப் போவதாகவும் அடிக்கடிச் சொல்லிக் கொண்டிருக்கிறாள். இந்தக் கல்யாணம் முடிந்துவிட்டால் அமிர்தவல்லியின் வாழ்க்கையில் பெரிய கவலை நீங்கிவிட்டது போல்தான்" என்றாள் ஜெகதாம்பாள்.

"சும்மா பேசிப் பேசி பிரெயின் வாஷ் செய்வானேன்? பெண்ணைப் பார்ப்பதற்கு மூர்த்தி சம்மதித்துவிட்டால் அவனுக்கே எல்லா விஷயமும் புரிந்துவிடும் இல்லையா?"

மூர்த்தியின் மனத்தில் சுமதி என்ற பெயர் பதிந்துவிட்டது. "பெண்ணுக்கு வயது என்ன இருக்கும்?"

"இப்பொழுதுதான் பி.ஏ. பாஸ் செய்திருக்கிறாள். இருபது... இருபத்தொன்று..."

“என்னுடைய வயதை நீங்கள் மறந்துட்டீங்க போலிருக்கு” என்றான் மூர்த்தி.

“அடுத்த டிசம்பர் வந்தால் நாற்பது என்று நீதானே சொன்னாய்?”

“பின்னே? அந்தப் பெண்ணைவிட ஏறக்குறைய இரு மடங்கு வயது எனக்கு. அந்த எண்ணம் உங்களுக்கு வராமல் போனது ஆச்சரியம்தான்” என்றான் மூர்த்தி.

“உண்மைதான். ஆனால் எனக்கு எந்த ஆச்சரியமும் இல்லை. வயது வித்தியாசம் கொஞ்சம் கூடுதல் என்பது உண்மைதான். ஆனால் உனக்கு இதுவரையில் திருமணம் ஆகாத காரணம் எங்களுக்குத் தெரியும் என்பதால் அது பெரிய ஆட்சேபணையாக எனக்குத் தோன்றவில்லை. படிப்பில், வேலையில் கூடுதல் சிரத்தை இருப்பவர்கள் நாற்பது வயது வரையில் கல்யாணம் செய்துகொள்ளாமல் இருப்பது நம் நாட்டிலும் பிரபலமாகி வருகிறது இல்லையா?”

“என்னை விடுங்கள். அந்தப் பெண்ணுக்கு இருபத்தைந்து வயதுப் பையனைக் கல்யாணம் செய்துகொள்ள வேண்டும் என்ற ஆசை இருக்காதா?”

“ஆசைகளுக்கு என்ன வந்தது? இருபத்தைந்து வயதுப் பையன்... வேலையில்லாத பையன்... வரதட்சிணை வாங்குபவன்... மாமியார் வீட்டுச் சொத்தின் மீது கண் வைத்திருப்பவன்... இப்படிப்பட்டவர்கள் எத்தனை பேர் வேண்டுமானாலும் கிடைப்பார்கள். ஆனால் உன்னைப்போல் யோக்கியன்...”

ஜெகதாம்பாள் சொல்லிக்கொண்டிருந்தபோதே மூர்த்தி இடையில் தடுத்தான். “நீங்க என் பக்கம் நின்று பேசுறீங்க.”

“போகட்டும். அமிர்தவல்லியின் பக்கம் நின்று யோசித்துச் சொல்கிறேன். கைநிறைய வரதட்சிணை கொடுத்து மகளுக்குக் கல்யாணம் செய்து வைக்க முடியாது அவளால். கல்யாணமே செய்யாமல் மகளைத் தன்னைப் போன்று அதிர்ஷ்டக் கட்டையாக இருப்பதை விரும்ப மாட்டாள். கல்யாணம் ஆன பிறகு, ‘ஏற்கெனவே யாரையோ காதலித்தேன், உன்னுடன் நடந்த கல்யாணம் வெறும் சடங்குதான். வேண்டுமானால் என் சொத்தில் பங்கு எடுத்துக்கொள், உன் ஜீவனாம்சத்திற்கு வேண்டிய பணத்தை வாங்கிக்கொள். என் வழியில் என்னைப்

போகவிடு' என்று சொன்ன தன் கணவனைப் போன்ற அயோக்கியர்களிடமிருந்து தன் மகளை எப்படிக் காப்பாற்று வது? வயது வித்தியாசம் அதிகமாக இருந்தால் என்ன? மனங்கள் ஒத்துப் போவதில்தானே தாம்பத்திய வாழ்க்கையில் சந்தோஷம் அடங்கியிருக்கிறது?"

"அப்படி என்றால், நீங்கள் ஏற்கெனவே ஒரு முடிவுக்கு வந்துட்டீங்க போலிருக்கு" என்றான் மூர்த்தி.

"முடிவு எங்களுடையது இல்லை மூர்த்தி. ஜெகதாம்பாள் குறிப்பாக உணர்த்துகிறாள் அவ்வளவுதான். முடிவுகள், தீர்மானங்கள் எல்லாம் உன்னுடயவை, அவர்களுடையவை" என்றார் சாம்பசிவம்.

"முதலில் சுமதியைப் பாருப்பா. பிறகு பேசுவோம்" என்றாள் ஜெகதாம்பாள் அந்தப் பேச்சுக்கு முற்றுப்புள்ளி வைப்பது போல்.

அமிர்தவல்லியின் வீட்டிற்குச் சாம்பசிவம், ஜெகதாம்பாள், மூர்த்தி வெள்ளிக்கிழமை மாலை வேளை சென்றார்கள்.

வீடு நேர்த்தியாக இருந்தது. "வணக்கம். வாங்க... வாங்க" என்றாள் அமிர்தவல்லி. சாம்பசிவம் முன்னாலேயே மூர்த்தியிடம் அவளைப் பற்றிச் சொல்லியிருந்தார். "இந்த வீடு அவள் கணவருடையது. விவாகரத்து வழங்கும்போது இந்த வீட்டை அவளுக்குக் கொடுத்துவிட்டான். இதைத் தவிர வேறு சொத்தும் கொஞ்சம் இருக்கிறது. அவன் மட்டும் அமெரிக்காவில் தான் காதலித்த பெண்ணுடன் செட்டிலாகி விட்டான். அடுத்தவரைப் பற்றிக் கொஞ்சமும் யோசிக்க வேண்டியதில்லை என்ற பிரிவைச் சேர்ந்த சுயநலக்காரன். அமிர்தவல்லி மட்டும் அப்படியே இருந்துவிட்டாள். அவளுடைய லட்சியம் ஒன்றுதான். மகளின் வாழ்க்கையில் இது போன்ற இடைஞ்சல்கள் எதுவும் வரக் கூடாது. கணவன் தன்னை விட்டுப் பிரிந்து போய்விட்டது உறுதியான பிறகு தன்னைப் பற்றி அல்லாமல் மகளைப் பற்றி யோசிப்பது அவளுக்குப் பழக்கமாகி விட்டது.

❍

சாம்பசிவம், மூர்த்தி முன் அறையில் உட்கார்ந்துவிட்டார்கள். ஜெகதாம்பாள் அவளுடன் உள்ளே சென்றாள். "போன மாதம் நான் சொன்னது இவனைப் பற்றித்தான்" என்றாள் ரகசியம் சொல்வதுபோல்.

"முன்கூட்டி ஒரு வார்த்தைகூடச் சொல்லாமல் திடீரென்று அழைத்து வந்துட்டீங்களே? வந்த விருந்தாளியை நான் உபசரிக்க வேண்டாமா?" என்றாள் அமிர்தவல்லி.

"எந்த உபசாரங்களும் தேவையில்லை. பெண்ணை மட்டும் காட்டு போதும். எல்லாம் அவர்களே முடிவுசெய்துகொள்வார் கள். பழைய காலத்துப் பெண்பார்க்கும் படலம் என்று நினைத்து விட்டாயா? காலம் மாறிவிட்டது" என்றாள் ஜெகதாம்பாள்.

"காலம் மாறிவிட்டது என்று நாம் நினைத்தாலும் இளம் தலைமுறையைச் சேர்ந்தவர்கள், அவர்களுக்கு என்று சில அபிப்பிராயங்கள் இருக்கத்தான் செய்யும். பெண்ணை அலங்காரம் செய்வதற்காவது கொஞ்சம் அவகாசம் இருக்க வேண்டாமா? அது போகக் காபி டிபன்..."

"எல்லாம் யோசித்துவிட்டோம். டிரைவர் இந்நேரத்திற்கு உங்கள் உணவுமேஜையின் மீது எல்லாவற்றையும் கொண்டு வந்து வைத்திருப்பான். நீ எடுத்துக் கொடுத்தால் போதும். இனிப் பெண்ணின் அலங்காரம் என்கிறாயா? பத்து நிமிடங்கள் போதும். நீ எதுவும் செய்ய வேண்டியதில்லை. சுமதி தங்கப் பதுமை. அவளுக்கு அலங்காரம் எதுவும் தேவையில்லை" என்றாள் ஜெகதாம்பாள்.

அமிர்தவல்லியின் இதயம் படபடத்துக்கொண்டிருந்தது. என்னதான் ஜெகதாம்பாளிடம் நம்பிக்கை இருந்தாலும் ஒரு வார்த்தை தன்னிடம் முன்கூட்டியே சொல்லியிருக்க வேண்டும் என்று நினைத்தாள்.

"என்றாவது ஒரு நாள் பையனை அழைத்து வந்து உனக்குப் பையனைக் காட்டுகிறோம். சுமதியும் சம்மதித்தால்தான். இதில் கட்டாயம் எதுவும் இல்லை. முதலில் உங்களுக்குப் பிடித்திருந்தால்தான் அவனிடம் இதைப் பற்றிப் பேசுவோம். சரிதானே" என்று ஜெகதாம்பாள் முன்னாலேயே சொல்லி யிருந்தாலும், இப்படித் திடீரென்று வருகை தருவார்கள் என்று அமிர்தவல்லி எதிர்பார்க்கவில்லை.

அவளும் ஜெகதாம்பாளும் முன் அறைக்கு வந்து உட்கார்ந்துகொண்டார்கள். பொதுவாகப் பேசிக்கொண் டிருக்கும்போதே அமிர்தவல்லி உள்ளே சென்று உணவு மேஜை மீது எல்லாவற்றையும் நேர்த்தியாக எடுத்துவைத்தாள். சுமதியும் அங்கே வந்து சேர்ந்துகொண்டாள்.

"அமிர்தவல்லியின் மகள் சுமதி" என்று ஜெகதாம்பாள் மூர்த்திக்கு அறிமுகம் செய்து வைத்தாள்.

இளம் தளிர்போல் இருந்தாள் சுமதி. "வணக்கம்" என்றாள். மூர்த்தி அவளுடைய படிப்பு மற்றும் ரசனையைப் பற்றிப்

பேசிக்கொண்டிருந்தான். சுமதியும் கூச்சப்படாமல் வெளிப்படையாகப் பேசினாள்.

மூர்த்தியும் சுமதியும் நெருக்கமாகப் பேசிக்கொண்டிருந்தது ஜெகதாம்பாளுக்குச் சந்தோஷத்தை ஏற்படுத்தியது. அமிர்தவல்லியிடம் "பார்த்தாயா அவர்களை! சுமதிக்கு நான் சொன்ன அறிவுரை பிடித்திருக்கும் போலும்" என்றாள். பெண்கள் எட்டாக் கனிக்கு ஆசைப்படாமல் இருப்பதைக்கொண்டு வாழ்க்கையைச் சந்தோஷமாக்கிக்கொள்ள வேண்டும் என்று முன்னாடியே சுமதியிடம் பேச்சோடு பேச்சாகச் சொல்லியிருந்தாள் ஜெகதாம்பாள்.

ஒருமணி நேரம் நல்லவிதமாகப் பொழுதைக் கழித்துவிட்டு அவர்கள் மூவரும் போய்விட்டார்கள். "அடுத்த ஞாயிற்றுக்கிழமை நீங்கள் இருவரும் என் வீட்டுக்கு வர வேண்டும். சரியாக ஐந்து மணிக்கு வந்துவிடுங்கள். டி.வியில் பார்க்கும் திரைப்படத்தை எங்கள் வீட்டிலேயே பார்க்கலாம். மூர்த்தியையும் வரச் சொல்கிறேன்" என்றாள் ஜெகதாம்பாள், போகும் முன் குறிப்பாகச் சுமதியைப் பார்த்துக்கொண்டே. அவர்கள் இருவருக்கும் நடுவில் மேலும் அறிமுகம் வளர்வதற்கு இரண்டாவது வாய்ப்பாக இருக்கும் என்பது அவளுடைய எண்ணம்.

மேலும் ஒரு வாரம் கழிந்துவிட்டது. மூர்த்தி அலுவலகத்திலிருந்தே போன் செய்தான். "இன்று மாலை உங்கள் வீட்டுக்கு வரப் போகிறேன். உங்களிடம் சாவகாசமாகப் பேச வேண்டும். மாமியும் ஊரில் இருக்கிறாள் இல்லையா?" என்று.

"தாராளமாக வா. எந்த வற்புறுத்தலும் இல்லை, அவசரப்பட்டு முடிவுசெய்ய வேண்டாம்" என்று வழக்கமான பாட்டைப் பாடினார் சாம்பசிவம்.

அன்று மாலை மூர்த்தி அவர்களிடம் சொல்லிவிட்டான்.

"நீங்கள் என்னை மன்னிக்க வேண்டும். உங்களுடைய எண்ணங்களுக்கு மாறாக நான் வேறு முடிவுக்கு வந்திருக்கிறேன்."

"இறுதி முடிவு உன்னுடையதுதான். அதற்காக நீ ஒன்றும் வருந்த வேண்டியது இல்லை" என்றார் சாம்பசிவம். ஜெகதாம்பாளுக்கு மட்டும் பகீர் என்றது. அமிர்தவல்லியின் ஆசைகள் நிறைவேறப் போவதில்லையா? மகளுடைய வாழ்க்கையைச் சீரமைக்க அவளால் முடியுமா?

ஸ்ரீவிரிஞ்சி

"முழுவதுமாகக் கேளுங்கள். நன்றாக யோசித்த பிறகு எனக்கு நியாயம் என்று பட்ட முடிவு என்னவென்றால்..." எனத் தொடங்கினான் மூர்த்தி. ஜெகதாம்பாள் காதுகளைத் தீட்டிக்கொண்டு கேட்கத் தொடங்கினாள்.

"நான்... அவள் சம்மதித்தால் அமிர்தவல்லியைக் கல்யாணம் செய்துகொள்கிறேன். அவளுடைய மகளை அல்ல. அவள் என்னைவிட வயதில் ஓரிரண்டு வருடங்கள் சின்னவளாக இருப்பாள் என்று நினைக்கிறேன். இல்லை கொஞ்சம் பெரியவளாக இருந்தாலும் எனக்கு எந்த ஆட்சேபணையும் இல்லை. வாழ்க்கையில் அவள் மட்டும் எந்தச் சுகத்தை அனுபவித்து இருக்கிறாள்? மகளைப் பற்றிய கவலை இருப்பது சகஜம்தான். அவள் சம்மதித்தால் சுமதி விஷயத்தில் நான் முழுவதுமாகப் பொறுப்பை ஏற்றுக்கொள்கிறேன். அவளுக்குத் தந்தையாகிறேன். தகுந்த வரனைப் பார்த்துக் கல்யாணம் செய்துவைக்கும் பொறுப்பு என்னுடையது. இதற்கு உங்களுடைய ஒத்துழைப்பும் தேவை. அமிர்தவல்லியிடம் இந்த விஷயத்தைச் சொல்லுங்கள். அவங்களைச் சம்மதிக்க வைப்பது மாமிக்குச் சுலபமாக இருக்கும்" என்று ஒரே மூச்சில் சொல்லி முடித்தான் மூர்த்தி.

பலார்ஷாவிலிருந்து நாக்பூருக்கு 33

சிவப்புப் பூக்கள்

மாலையில் சுகுமாரி வீட்டுக்கு வந்ததும் மாமியார் "உங்க அம்மாவிடமிருந்து கடிதம் வந்திருக்கிறது. இந்த முறை பண்டிகைக்கு உன்னைக் கட்டாயம் அனுப்பி வைக்கச் சொல்லியிருக்கிறாள்" என்றாள். சுகுமாரிக்கு ரொம்பச் சந்தோஷமாக இருந்தது. ஆனாலும் "நான் எப்படிப் போக முடியும் அத்தை? பூனாவிலிருந்து சுசீலா வையும் சுநந்தாவையும் அழைப்பதாக இருக்கிறோமே?" என்றாள்.

"சுசீலா, சுநந்தா வந்தால் வந்துவிட்டுப் போவார்கள். நீ போய் வா. இல்லை என்றால் உங்க அம்மாவின் மனம் வேதனைப்படும்" என்றாள் மாமியார். சுகுமாரி மேலும் தயங்குவதைப் பார்த்துவிட்டு "இங்கே பெரிதாக வேலை என்ன இருக்கப் போகிறது? நான் பார்த்துக் கொள்கிறேன். நீ போய்வாம்மா ஹைதராபாத்துக்கு" என்றாள்.

சுசீலா, சுநந்தா இருவரும் சுகுமாரியின் நாத்தனார் கள். இரட்டையர்கள். இரண்டு வருடங்களுக்கு முன்பு கல்யாணமாகிப் பூனாவிற்குப் போய்விட்டார்கள். அவர் களுடைய கணவர்கள் இரட்டையர்கள் இல்லாவிட்டாலும் அண்ணன் தம்பியின் மகன்கள். கோகலே நிறுவனத்தில் ஒன்றாக வேலை பார்த்துக்கொண்டிருந்தார்கள்.

போனில் அம்மா அப்பா ஒரே குரலில் சொன்ன வார்த்தைகள் இன்னும் சுகுமாரியின் மனத்தில் எதிரொலித்துக் கொண்டிருந்தன. "இந்த வருடம் பண்டி கைக்கு நான்கு நாட்கள் முன்னாலேயே வா. மாப்பிள்ளை வெளிநாட்டில் இருக்கிறார் எனப் போன வருடம் செய்தாற்போல் நாட்கணக்கில் யோசித்துக்கொண்டு

உட்கார்ந்திருக்காதே. பண்டிகைக்கு முன்னும் பின்னும் கூடுதலாக விடுமுறை எடுத்துக்கொள். தங்கை சுஹாசினி கல்யாணத்தையும் முடித்துவிடலாமென நினைக்கிறோம். இந்த வருடம் பெரிய அக்கா, அத்தான், குழந்தைகள் எல்லோரும் வருகிறார்கள்."

சுகுமாரி இரண்டாவது மகள். தந்தை ஹைதராபாதில் ஸ்திரப்பட்டுவிட்டார். தாய் ராஜத்திற்கு இன்னும் மூன்று வருடங்கள் சர்வீஸ் இருந்தது. அவள் அரசாங்கக் கல்லூரியில் ஆங்கிலப் பேராசிரியராக இருக்கிறாள்.

சுவாமிநாதனுடையது சின்ன குடும்பம் என்று சொல்ல முடியாவிட்டாலும் திட்டமிட்ட குடும்பம். மூத்த மகள் சுநந்தாவிற்கு இப்பொழுது வயது முப்பதுதான். பி.ஏ. முடித்தவுடன் கல்யாணம்செய்து கொடுத்துவிட்டார்கள். கணவன் இன்ஜினியர். சர்வீஸ் முழுவதும் பிராஜெக்ட்களில் என்பதால் கொஞ்சம் சொத்துச் சேர்க்க முடிந்தது.

புத்தகங்களை நேர்த்தியாக அடுக்கி வைத்துக்கொள்வது, எந்தப் புத்தகத்தில் எவ்வளவு விஷயம் இருக்கிறது என்று கண்டுபிடிப்பது சுகுமாரிக்குச் சிறுவயது முதல் ஏற்பட்ட பழக்கம். அதைக் கவனித்துவிட்டுப் பெற்றோர்கள் அவளை லைப்ரரி சயின்ஸ் படிக்க வைத்தார்கள். இருபத்தைந்து வயது நிரம்புவதற்குள் அவள் அதில் டாக்டரேட் பெற்றுவிட்டாள். புரொபசர் ரங்கனாதன் மூலமாகத் தூரத்து உறவினரின் மகன் டாக்டராகப் பம்பாயில் இருப்பதாகத் தெரிந்தது. கொஞ்சம் தொலைவுதான் என்றாலும் சம்பிரதாயமான குடும்பம் என்பதால் கல்யாணத்தை முடித்துவிட்டார்கள். திருமணமான ஒன்றரை வருடத்தில் அவனுக்கு லண்டனுக்குப் போகும் வாய்ப்புக் கிடைத்தது. அதை நழுவ விடுவதில் விருப்பம் இல்லை. மனைவியைக் கூட அழைத்துப் போக முடியாத நிலைமை. சுகுமாரி தைரியம் சொன்னாள். "நான் ஏதாவது பெலோஷிப் சம்பாதித்துக்கொண்டு உங்கள் பின்னாலேயே வந்து விடுகிறேன். நல்ல வாய்ப்புக் கிடைத்திருக்கும் போது இழப்பானேன்?" முக்காலே மூணு வீசம் மனைவி கொடுத்த துணிச்சல் காரணமாகத்தான் அவன் வெளி நாட்டிற்குத் தைரியமாகக் கிளம்பிப் போனான்.

இனி மூன்றாவது மகள் சுஹாசினி. ஆர்ட்ஸில் பட்டப் படிப்பு முடித்தாள். படிப்பில் பெரிய நாட்டம் எதுவும் இல்லை. மேற்கொண்டு என்ன செய்வதாக இருக்கிறாள் என்றும் தெரியவில்லை. தாய் எழுதிய கடிதத்தைக் கொண்டு பார்த்தால் ஏறக்குறைய வரன் நிச்சயம் ஆனாற்போல்தான்.

குழந்தைகள் விஷயத்தில் ஆண்பெண் பாகுபாடு இல்லை. முடிந்தவரையில் நல்லமுறையில் வளர்ப்பது, படிப்புச் சொல்லித் தருவது, கல்யாணம் செய்துவைப்பது... இதைவிட வேறு பொறுப்புகளை சுவாமிநாதன் வைத்துக்கொள்வதாக இல்லை. சுஹாசினி கடைக்குட்டி என்பதால் மற்றவர்களைவிடக் கொஞ்சம் செல்லமாக வளர்ந்தாள். பெற்றோருக்கு மட்டுமே இல்லை. அக்காக்கள் இருவருக்கும் செல்லம் தான். அதனால் கொஞ்சலும் தேவையற்ற பிடிவாதமும் ஜாஸ்திதான்.

சுகுமாரி பதில் கடிதம் எழுதும் முன்பே தாயிடமிருந்து மற்றொரு கடிதம் வந்தது, வருகிறாயா, எப்பொழுது வருகிறாய் என்று. எந்த ரயிலுக்கு வருகிறாய் என்று சொன்னால் சுஹாசினி ஸ்டேஷனுக்கு வருவாள் என்றும்.

மறுநாளே ஆபீசிலிருந்து போன்செய்து தந்தையிடம் தெரிவித்தாள், குறிப்பிட்ட ரயிலுக்கு வருகிறேன் என்று. "அம்மா விடம் சொல்லுங்கள் அப்பா. அதற்குள் கல்லூரிக்குக் கிளம்பி விட்டாளா?"

"ஆகட்டும் அம்மா. மாப்பிள்ளையிடமிருந்து கடிதம் வருகிறதா? நலமாக இருக்கிறாரா?" தந்தை கேட்டார்.

"நேற்று இரவுதான் பேசினார் அப்பா. நலம்தான்."

சுகுமாரி பயணத்திற்கு வேண்டிய ஏற்பாடுகளை நினைவு கூர்ந்தாள்.

○

சுஹாசினி காரை எடுத்துக்கொண்டு வந்தாள். இன்னும் ஓட்டுனர் பயிற்சிக் காலத்தில் இருந்ததால் தந்தை பக்கத்தில் இருந்தார்.

"நான் ஓட்டுகிறேன். நீ பக்கத்தில் உட்கார்ந்துகொண்டு செய்திகளைச் சொல்லு" என்றாள் சுகுமாரி.

"வேண்டாம் அம்மா. நீங்கள் இருவரும் பின்னால் உட்கார்ந்துகொள்ளுங்கள். பேசிக்கொண்டே ஓட்டுவது நல்லது இல்லை. ட்ராபிக்கும் முன்னைப் போல் இல்லை" என்றார் தந்தை.

ஸ்டீரிங் வீலுக்கு முன்னால் சுவாமிநாதனும் பின் இருக்கை யில் சுகுமாரி, சுஹாசினி இருவரும் உட்கார்ந்துகொண்டார்கள். மாருதி கார் சிகந்தராபாத் ஸ்டேஷனைத் தாண்டி மாரேட் பள்ளியை நோக்கிப் போய்க்கொண்டிருந்தது.

ஶ்ரீவிரிஞ்சி

“நாம் போய்ச் சேருவதற்குள் அம்மா வீட்டுக்கு வந்து விட்டிருப்பாள்” என்றாள் சுஹாசினி.

“கல்யாணம் எப்போது என்று முடிவுசெய்துவிட்டார்களா இல்லையா?” கேட்டாள் சுகுமாரி.

சுஹாசினி தந்தையின் பக்கம் ஜாடை காட்டிவிட்டுச் சுகுமாரியின் காதுகளில் ரகசியமாக “வீட்டுக்குப் போன பிறகு சொல்கிறேன்” என்றாள்.

தங்கையின் கன்னங்கள் செம்மையேறிவிட்டிருக்குமோ எனக் கூர்ந்து பார்த்தாள் சுகுமாரி. ஊஹூம்.

“ராஜேந்திரன் வருகிறானா?”

“ஊம்” என்றாள் சுஹாசினி சுரத்து இல்லாத குரலில்.

அவள் ராஜேந்திரனை விரும்புகிறாள் என்றும் நாடகத்தில் நடிப்பவனுக்குக் கல்யாணம் செய்து கொடுப்பதில் விருப்பம் இல்லை என்றும் ஏழெட்டு மாதங்களுக்கு முன்னால் தாய் கடிதம் எழுதியிருந்தாள்.

இதற்கு இடையில் பல மாற்றங்கள் எதிர்பாராமல் வந்து விட்டிருந்தன. ஒருக்கால் அவனும் அதற்காகத் தவம் போல் காத்திருந்தானோ என்னவோ. அவனுக்குத்தான் தெரிய வேண்டும். அவனுக்கு சினிமாவில் வாய்ப்புக் கிடைத்தது.

சினிமாவில் நடிப்பதற்கு வாய்ப்புக் கிடைத்ததுமே துள்ளிக் குதிக்கவில்லை ராஜேந்திரன். அவன் பார்வையில் இதுவும் மற்ற வேலைகளைப் போன்றதுதான். “எனக்கு வேண்டியது சினிமாவில் நடிப்பது இல்லை, டைரக்ட் செய்வது” என்றான் ஆனால் அதற்கு முதல்படியாக நடிப்பதைத் தவிர்க்க முடிய வில்லை.

அவன் நடித்த காரெக்டர் ரொம்ப பிரபலம் ஆகிவிட்டது. ஆனால் மறுபடியும் நடிக்கச் சொல்லி அவனுக்கு வாய்ப்புகள் வரவில்லை. காரணம் நடிப்பில் தனக்கு ஆர்வம் இல்லை என்றும் இயக்குவதில்தான் கவனம் செலுத்தப் போவதாகவும் பத்துப் பேருக்கு முன்னால் ஆணித்தரமாகத் திரும்பத் திரும்பக் கூறியதுதான்.

பிரபலமாக இருக்கும் இயக்குநரிடம் அசோசியேட்டாகச் சேர்ந்து வேலை கற்று வந்தான். ஒரு வருடத்திற்குள் சொந்தமாகப் படத்தை இயக்கும் வாய்ப்புக் கட்டாயம் கிடைத்துவிடும். அவனுக்கு அந்த நம்பிக்கை இருந்தது.

இந்த விஷயங்கள் எல்லாம் சுகுமாரிக்கு ஓரளவுக்குத் தெரியும். வீட்டுக்குப் போய்ச் சேரும்போது சுகுமாரி களைத்துப் போயிருந்தாள். குளித்துவிட்டு, சாப்பாட்டையும் முடித்துக் கொண்டு மூன்று மணி நேரம் உறங்கிவிட்டாள். இரவு உணவு சாப்பிடும் வேளையில் எல்லோரும் ஒன்றாகச் சேர்ந்து கொண்டார்கள்.

"நீ ரொம்ப இளைத்துவிட்டாற்போல் தெரிகிறாய்" என்றாள் சுநந்தா.

"இல்லை. அந்த வார்த்தையில் உண்மை இல்லை. சமீப காலத்தில் நான் கொஞ்சம் பருமனாகிவிட்டேன். என் மாமியாரும் இதை ஒப்புக்கொண்டாள். உண்மையைச் சொல்லப் போனால் நீதான் இளைத்துவிட்டாய் அக்கா. வார்த்தைக்கு வார்த்தை பதில் சொல்லுவதாக நினைக்காதே. வேண்டு மானால் அம்மாவிடம் கேட்டுப் பார்" என்றாள் சுகுமாரி. அவள் குரலில் நேர்மை வெளிப்படையாகத் தெரிந்தது.

"நானும் அதைத்தான் தலையில் அடித்துக்கொள்ளாத குறையாகச் சொல்லிக்கொண்டிருக்கிறேன். தந்தையும் மகளுமாகச் சேர்ந்து என் பேச்சைத் தள்ளிவிட்டார்கள். என்னங்க! கேட்டீர்களா சுகுமாரி சொன்னதை? சுநந்தா இளைத்துப் போனது வாஸ்தவம்தான்" என்றாள் ராஜம்.

"அப்படியா! உண்மையாகவா?" என்றார் சுவாமிநாதன், எந்தப் பக்கம் பேசுவதென்று புரியாமல்.

"ஆமாம் அப்பா. நான் அக்காவைப் பார்த்து ஒரு வருடத் திற்கும் மேல் ஆகிவிட்டது. அதனால் என்னால் இந்த விஷயத்தை உறுதியாகச் சொல்ல முடியும்" என்றாள் சுகுமாரி.

"ஏனம்மா இப்படி இளைத்து விட்டாய்?" மகளிடம் கேட்டார் சுவாமிநாதன்.

"அந்தப் புராஜெக்ட் ஏரியா எனக்கு ஒத்துக்கொள்ள வில்லை அப்பா." முணுமுணுப்பதுபோல் சொன்னாள் சுநந்தா.

"மாற்றலுக்காக முயற்சி செய்வோம். கவலைப்படாதே." சமாதானப்படுத்தினார்.

அத்துடன் அந்த உரையாடல் முடிந்தது.

மறுநாள் மதியம் மாடியில் இருவரும் தனியாக இருந்த போது சுநந்தா தங்கையிடம் சொன்னாள். "உன்னிடம் இப்பொழுதே சொல்லிவிடுவது நல்லது என்று தோன்றுகிறது. நானும் என் கணவரும் விவாகரத்துச் செய்துகொள்வதாக இருக்கிறோம்."

தூக்கிவாரிப் போட்டது சுகுமாரிக்கு. "என்னக்கா? என்ன சொல்கிறாய் நீ?"

"கத்தாதே. இன்னும் வீட்டில் யாரிடமும் சொல்லவில்லை. அம்மாவிடம் சொல்லாதே. ஏற்கெனவே பலவீனமாக இருக்கிறாள். இந்த விஷயத்தை உன்னிடம் பேச வேண்டும் என்று தான் முன்னால் கிளம்பி வந்தேன்" என்றாள் சுநந்தா, கண்களை மூடித் திறந்தபடி.

சுஹாசினி மாடிக்கு வந்தாள். அவள் கையில் போட்டோ ஆல்பம் இருப்பதைப் பார்த்துவிட்டு "என்ன அது? உன் கணவரின் போட்டோ ஆல்பமா?" என்றாள் முறுவலுடன் சுகுமாரி.

சுஹாசினி அக்காவைக் கோபமாகப் பார்த்தாள்.

"அவளை அழவைக்காதே சுகுமாரி. இன்னும் அவர் கணவர் ஆகவில்லை இல்லையா. அவளுக்கு அப்படி அழைத்தால் பிடிக்காது" என்றாள் சுநந்தா.

அவசரக்குடுக்கையாகத் தான் சொல்லிவிட்டதை உணர்ந்த சுகுமாரி நொந்துகொண்டே "வந்து உட்கார். நின்றுகொண்டு இருப்பானேன்?" என்றாள், தன் பக்கத்தில் இடம் கொடுத்துக் கொண்டே.

"பெரிய அக்காவிடம் சொல்லிவிட்டேன். உன்னிடம் சொல்ல வேண்டும் என்றுதான் வந்தேன்."

சுகுமாரி கேள்விக்குறியுடன் பார்த்தாள்.

சுஹாசினி மதுரமாகச் சிரித்தாள். அந்தச் சிரிப்பில் யார் வேண்டுமானாலும் மயங்கி விடுவார்கள். அம்மா அப்பா இவளுக்கு ஏற்ற பெயரைத்தான் வைத்திருக்கிறார்கள் என்று நினைத்தாள் சுகுமாரி.

"ராஜேந்திரனைப் பண்ணிக்கொள்வது கட்டாயம் என்று நான் நினைக்கவில்லை" என்றாள் சுஹாசினி, குரலைத் தாழ்த்திக் கொண்டே.

"வேறு யாரையாவது விரும்புகிறாயா?"

இல்லை என்பதுபோல் தலையைக் குறுக்காக அசைத்தாள்.

"விருப்பம் இல்லை என்று அவன் சொன்னானா?"

"நான் அவனிடம் கேட்கவே இல்லையே?"

"பின்னே உன்னுடைய ஆட்சேபணைதான் என்ன?"

"அரேன்ஜ்ட் மேரேஜில் எனக்கு விருப்பம் இல்லை."

"போகட்டும். நீயே அவனைக் காதலி. அவனைக் கல்யாணம் செய்துகொள்ளக் கூடாது என்று அம்மா அப்பாவைத் தடை போடச் சொல்கிறேன்." தூண்டி விடுவது போல் சொன்னாள் சுகுமாரி.

"நீங்க இருவரும் பெரியவர்கள் தேர்ந்தெடுத்தபடிக் கல்யாணம் செய்துகொண்டீர்கள். சந்தோஷமாகத்தான் இருக்கிறீர்கள் என்று நினைக்கிறேன். எனக்கு இந்த முறை ஏனோ பிடிக்கவில்லை."

"பின்னே ராஜேந்திரனை விரும்புவதாக அப்பொழுது சொன்னாயே?" சுநந்தா கேட்டாள்.

"பெரியவர்கள் நிச்சயம் செய்ததா இல்லையா என்பதை ஒரு பக்கம் ஒதுக்கிவிட்டு ஒரு விஷயத்தைச் சொல்லு சுஹாசினி" என்றாள் சுகுமாரி.

"என்ன?"

"கல்யாணம் செய்துகொள்ளப் போகிறாயா? அல்லது மேற்கொண்டு படிக்கப் போகிறாயா? நீ படிக்கப் போவதாகச் சொன்னால் அம்மா அப்பாவிடம் சொல்லி உன்னைப் பம்பாய்க்கு அழைத்துப் போகிறேன். எனக்குத் துணையாகவும் இருக்கும்."

"ஊஹூம். படிக்க மாட்டேன்."

"அப்போ கல்யாணத்தின் பக்கம்தான் உன் ஓட்டு என்று சொல்லு. பின்னே ராஜேந்திரன் விஷயத்தில் உனக்கு என்ன ஆட்சேபணை?"

"அவன் சினிமாவில் ஹீரோவாக இருந்தால் நன்றாக இருந்திருக்கும். நான் அவனை விரும்பியது அதற்காகத்தான்,"

"ஆனால் அவன் இயக்குனராக நல்ல பெயர் எடுத்துக் கொண்டு வருகிறான் இல்லையா? அவனுடைய தொழில்! அவன் இஷ்டம்!"

"எனக்கு இஷ்டம் இல்லை என்று சொல்ல வருகிறேன்" என்றாள் சுஹாசினி பிடிவாதமாக.

"ராஜேந்திரன் இல்லை. திரைப்பட நாயகன் ராஜேந்திரன் வேண்டும். இதுதான் உன் டயலாக். அப்படித்தானே?" சுகுமாரி நேராகச் சுஹாசினியின் கண்களுக்குள் பார்த்தாள்.

அப்படித்தான் என்பது போல் கண்ணிமைகளைப் படபடத்தாள் சுஹாசினி.

"டைரக்டர் என்றால் இமேஜ் குறைந்துவிடும் என்பது உன் வருத்தம் இல்லையா?" என்றாள் சுநந்தா கிளாமர் என்று சொல்வதில் விருப்பமில்லாமல்.

"பார்ப்போம். அவன் வரப் போவதாகச் சொன்னாய் இல்லையா. அவன் விஷயத்தைப் பார்த்துவிடலாம்" என்றாள் சுகுமாரி.

மனத்திலேயே அக்காவிற்கு நன்றியைத் தெரிவித்துக் கொண்டாள் சுஹாசினி. ராஜேந்திரனைத் தான் இப்பொழுது விரும்பவில்லை என்று சொன்னால் அப்பா அம்மா எவ்வளவு வேதனைப்படுவார்கள் என்று அவள் மனத்தில் உறுத்திக் கொண்டுதான் இருந்தது.

மறுபடியும் தனிமையில் இருக்கும்போது சுகுமாரி சுநந்தா வின் பிரச்சினை என்னவென்று கேட்டுத் தெரிந்துகொண்டாள்.

அத்தான் நிறைய குடிக்கத் தொடங்கிவிட்டார். இஷ்டம் போல் நடந்துகொள்வது நாளுக்கு நாள் அதிகரித்துக்கொண்டு வருகிறது. தன்னை எதுவும் சொல்லாவிட்டாலும், தன்னிடம் கொஞ்சம்கூட அக்கறை காட்டாமல் இருப்பதை அவளால் சகித்துக்கொள்ள முடியவில்லை. சுகுமாரி புரிந்துகொண்ட நிலைமை இதுதான். இரண்டு குழந்தைகள் இருந்தாலும் விவாகரத்துப் பெற்றுக்கொள்வதில் தயக்கமோ சங்கடமோ எதுவும் இல்லை. எப்படியும் ஜீவனாம்சம் கிடைத்து விடும் இல்லையா.

"அவர் இங்கே வருவதாகவே இல்லை. நான்தான் என் மதிப்பைக் காப்பாற்றுவதற்காக வரச் சொன்னேன். கட்டாயத் தின் பெயரில் ஒப்புக்கொண்டார். அடுத்த மாதம் கோர்ட்டில் பெட்டிஷன் போடுவதாக இருக்கிறோம்" என்றாள் சுநந்தா.

வீட்டில் பண்டிகை களை கட்டிவிட்டது. மாவிலைத் தோரணங்கள், பூக்களின் நறுமணம் ஒரு பக்கம். பேரன்கள் இருவருடன் விளையாடுவதற்கு வந்த அக்கம் பக்கத்துக் குழந்தை களுடன் வீடே சந்தடியாக இருந்தது.

ராஜம் எல்லோருக்கும் காபி டிபன் வழங்கும் ஏற்பாடு களில் பிசியாக இருந்தாள். இந்த இரண்டு நாட்களுக்குச் சமைக்க வேண்டிய உணவு வகைகளை முன்கூட்டியே சமையல் காரியிடம் தெரிவித்தாகிவிட்டது. பண்டிகை நாளை எந்தவித

மான பதற்றமும் இல்லாமல் திட்டமிட்டுக் கொண்டாடு வதில்தான் ராஜத்தின் திறமை அடங்கியிருக்கிறது.

சுநந்தாவின் கணவன் பெரும்பாலும் மாமனாருடன் பொழுதைப் போக்கிக்கொண்டிருந்தான். இருவருக்கும் சதுரங்கம் விளையாடுவதில் நாட்டம், நட்பு அதிகம். இங்கே வந்தால் மாப்பிள்ளையின் பெயர் ரங்கசுவாமி இல்லை. சதுரங்கசுவாமி. சுநந்தா சமீபகாலமாகக் கோபத்தில் சதுரங்கசுவாமி என்று குறிப்பிடவும் செய்கிறாள்.

சுகுமாரி சமயம் பார்த்து அத்தானிடம் பேசினாள். அவர் சொன்னதன் சுருக்கம் இது. "இது என்னுடைய பிரமேயம் எதுவும் இல்லை. நான் கொஞ்சம் காற்றுப் போன போக்கில் சுற்றுவது வாஸ்தவம்தான். அதனால் என்ன குடி மூழ்கிவிட்டது? சுநந்தாவிடம் எனக்கு எப்போதும் பிரியம் உண்டு. தேவை யில்லாமல் எல்லை மீறிப் பேசுகிறாள். அவள் சொன்னதை நான் என்றுமே மறுத்தது இல்லை, இந்த விவாகரத்து விஷயம் உள்பட. சகித்துக் கொள்ளவே முடியாத அளவுக்கு நான் ஒன்றும் பொல்லாதவன் இல்லை."

கணவன் மாறினால் தனக்கு எந்த ஆட்சேபணையும் இல்லை என்றாள் சுநந்தா.

"அப்படி என்றால் ஒரு காரியம் செய்யுங்கள். நாளை மதியம் நீங்களும் அப்பாவும் சதுரங்கம் விளையாட உட்காரு வீர்கள் இல்லையா? அதுதான் இறுதி ஆட்டம் என்று வைத்துக் கொள்ளுங்கள் நீங்க ஜெயித்தால் விவாகரத்து என்ற பேச்சுக்கே இடமில்லை. தப்பித்தவறி அப்பா ஜெயித்துவிட்டால் விவாக ரத்துக் கிடைத்து விட்டாற்போல்தான் என்று வைத்துக் கொள்ளுங்கள்" என்று யோசனை சொன்னாள் சுகுமாரி. சதுரங்க விளையாட்டில் ஒருவருக்கொருவர் குறைந்தவர்கள் இல்லை.

சாதாரணமாக மாமனார் ஜெயிப்பதுதான் வழக்கம். ஆனாலும் சதுரங்க விளையாட்டிற்கும் வாழ்க்கைக்கும் இருக்கும் ஒற்றுமை என்னவென்றோ, எதற்காக ஒப்பிட வேண்டும் என்றோ ரங்கசுவாமிக்கோ சுநந்தாவிற்கோ புரியவில்லை. சுகுமாரி விளக்கம் சொன்னாள்.

"என்னிடம் கேட்டால் நீங்கள் இருவரும் பிரிந்து போவதற் கான காரணம் ரொம்பப் பலவீனமானது. ஒத்துப் போவதற்கும் விட்டுக்கொடுப்பதற்கும் இரண்டு பேருமே பின் வாங்கவில்லை. அதனால் இந்த விஷயத்தை இந்த ஆட்டத்தின் வெற்றி தோல்வி

யிடம் விட்டுவிடுங்கள். அப்படிச் செய்வதுதான் நல்லது என்று எனக்குத் தோன்றுகிறது. வேறு ஒன்றுமில்லை."

இருவரும் சம்மதித்தார்கள். இந்த விஷயம் வீட்டில் யாருக்கும் தெரிய வேண்டியதில்லை என்று எண்ணினார்கள்.

ராஜேந்திரன் எல்லோருக்கும் வேண்டியவனாகி விட்டான். உரிமையுடன் வீட்டில் வளைய வந்துகொண்டிருந்தான்.

"நீங்கள் இங்கிலாண்ட் போய்விட்டாலும் எங்கள் சினிமா கேசட்டுகளை அனுப்பி வைக்கிறேன். அங்கே இருக்கும் நம் மக்களுக்குப் போட்டுக் காட்டுங்கள்" என்றான்.

"நம்ப மக்களுக்கு மட்டும்தானா? எல்லோருக்கும் போட்டுக் காட்டுகிறேன். ஆங்கிலத்தில் சப் டைட்டிலுடன் அனுப்புங்கள். முன்கூட்டியே கதையின் சுருக்கத்தைச் சொல்லிவிடுகிறேன். இந்தியத் திரைப்படத் தொழிலைப் பற்றி என்னிடம் நிறைய மெட்டீரியல் இருக்கிறது. நம்முடைய திரைப்படங்களைப் பற்றி விலாவாரியாக அவர்களுக்கு அறிமுகம் செய்து வைக்கிறேன். போதுமா" என்றாள் சுகுமாரி.

அவன் பூரித்துப்போய் விட்டான். "நம் நாட்டிலும் திரைப் படங்களில் இப்பொழுது டெக்னாலஜி ரொம்ப முன்னேறி விட்டது. கதைக் களத்திற்காக ரொம்பச் சிரத்தை எடுத்துக் கொள்கிறோம். முன்பெல்லாம் நாயகன், நாயகிக்கு முக்கியத் துவம் கொடுத்துப் படங்களை எடுத்து வந்தார்கள். சமுதாயப் படமாக இருந்தாலும், சுவாமிப் படமாக இருந்தாலும் கதைக்காக நன்றாக ஓடிய காலம் உண்டு. இப்பொழுது டைரக்ஷனில் உள்ள மதிப்பீடுகளைப் பொறுத்துத்தான் படம் ஓடுமா ஓடாதா என்று தீர்மானிக்கப்படுகிறது" என்று சினிமா தயாரிப்பைப் பற்றி விலாவாரியாகச் சொல்லத் தொடங்கினான்.

சுகுமாரியுடன் சுஹாசினியும் சேர்ந்து உற்சாகத்துடன் கேட்டுக் கொண்டிருந்தாள்.

"இயக்குனரைப் பற்றி மக்களுக்கு அதிகம் தெரியாது. நடிகர்கள் என்றால்தான் உயிர்" என்றாள் சுகுமாரி, எந்த எண்ணமும் இல்லாமல் சுஹாசினியைப் பார்த்துக்கொண்டே.

"உயிர் என்றால் கிளாமர் என்று சொல்வது உங்கள் எண்ணம் போலும். அவ்வளவு ஏன்? அரைகுறை ஆடைகளில் டான்ஸ் செய்யும் நடிகைகள், ஸ்டண்ட் பைட்டிங் செய்யும் நடிகர்கள் என்றால்தானே மக்களுக்கு கிளாமர்! சினிமாவுக்குப் பாடல்கள் எழுதுபவர்களுக்கும் வசனம் எழுதுபவர்களுக்கும் மக்களுக்கிடையே கிளாமர் இருக்கிறது. இசையமைப்பாளர்

களுக்கு, பின்னணிப் பாடகர்களுக்கு இருக்கும் இமேஜ் பற்றிச் சொல்ல வேண்டியதே இல்லை. ஆனால் எல்லாவற்றையும் தகுந்த அளவில் சேர்த்து சினிமாவுக்கு முழுவதுமாக உயிரை ஊட்டுபவர் இயக்குனர். இயக்குனராக இருப்பவனுக்கு நடிப்பு, வசனம், போட்டோகிராபி, எடிட்டிங் எவ்வளவு தெரியுமோ அவ்வளவு நல்லது. இல்லாவிட்டால் சுலபமாகத் தோற்றுப் போய் விடுவார். எந்த நிகழ்ச்சியை எந்த விதமாகக் காட்சியாக எடுக்க வேண்டும் என்று முன்கூட்டியே தீர்மானிப்பவர் இயக்குனர். நான் அதைப் பற்றிக் கற்று வருவதால் உயர்வாகச் சொல்வதாக எண்ணிவிடாதீர்கள்" என்று அவன் தன்னிடம் இருந்த வீடியோ கேசட்டுகளைப் பயன்படுத்தி விஸ்தாரமாகச் சொற்பொழிவாற்றினான். திரைப்படத் தொழிலில் இயக்குநரின் பங்கீடு எவ்வளவு முக்கியமானது என்று எல்லோருக்கும் புரியவைக்க வேண்டும் என்பது அவன் தவிப்பு.

அவனுடைய மேதா விலாசத்தை, திறமையைக் கண்டு மந்திரத்திற்குக் கட்டுப்பட்டதுபோல் ஆகிவிட்டார்கள் ராஜமும் சுஹாசினியும்.

மறுநாள் மதியம் சுஹாசினியைத் தனியாக அழைத்தாள் சுகுமாரி. "ராஜேந்திரனிடம் சொல்லி விடட்டுமா, நீ என்னுடன் பம்பாய்க்கு வரப் போகிறாய் என்று?"

"போ அக்கா, உனக்கு எப்போதும் கிண்டல்தான்" என்றாள் சுஹாசினி இதழ்களை இறுக்கிக்கொண்டே.

"பின்னே அவனைப் பற்றி ஏளனமாக, மதிப்புக் குறைவாகப் பேசுவதை நிறுத்தி விடுகிறாயா?" கேட்டாள் சுகுமாரி.

"திரையில் தெரியும் நடிகர்களிடமிருக்கும் ஆர்வத்தில் நான் தவறு செய்துவிட்டது உண்மைதான். இயக்குனரின் பங்கு பற்றி அவன் சொன்ன விவரங்களைக் கேட்டதும் தலை சுற்றிவிட்டது எனக்கு."

"எந்த விஷயமாக இருந்தாலும் அப்படித்தான். முழுமை யான புரிதல் இருந்தால் எந்த வேலையும் உயர்வாகத் தெரியும். யார் எந்த வேலை செய்தாலும், அவன் எவ்வளவு பெரியவனாக இருந்தாலும் மற்றவர்களுடைய வேலையுடன் அவன் பங்களிப்பும் ஒத்துப் போனால்தான் அதற்கு ஒரு அங்கீகாரம் கிடைக்கும். அவனிடம் நீ ஒன்றும் துடுக்காகப் பேசிவிட வில்லையே?"

"ராஜேந்திரன் உன்னிடம் சொல்லிவிட்டானா? சாரி அக்கா! அவனைப் பற்றி முழுவதுமாகத் தெரியுமுன் அவசரப் பட்டுக் கொஞ்சம் தாழ்வாகப் பேசிவிட்டது உண்மைதான்.

சுகுமாரி சிரித்தாள். "அவன் எதுவும் சொல்லவில்லை. பூசணிக்காய்த் திருடன்போல் நீ தோளைத் தொட்டுப் பார்த்துக் கொள்ள வேண்டியது இல்லை. ஒன்று மட்டும் நினைவில் வைத்துக்கொள் சுஹாசினி! உன் பேச்சும் இனிமையாக இருக்க வேண்டும். உனக்குப் பிறகு ஒரு பெண் குழந்தை பிறந்திருந்தால் அம்மா அப்பா சுபாஷிணி என்று பெயர் சூட்டியிருப்பார்கள் இல்லையா. இப்போ நீதான் அந்த ரோலையும் சேர்த்துச் செய்ய வேண்டும்." வெளியில் போகப் போன தங்கையின் கன்னத்தில் மென்மையாக முத்தம் பதித்தாள் சுகுமாரி.

சுநந்தா அறைக்குள் வந்தாள். "உங்க பேச்சை எல்லாம் கேட்டேன். சுகுமாரி! உண்மையிலேயே நீ ரொம்பப் புத்திசாலி என்று இப்பொழுதுதான் மற்றொருமுறை உணர்ந்து கொண்டேன்."

"என்ன நடந்தது அக்கா?"

"என்ன நடந்தாலும் எனக்குக் கவலை இல்லை. சதுரங்க ஆட்டத்தில் யார் ஜெயித்தாலும் தோற்றாலும் நான் மட்டும் விவாகரத்துப் பேச்சை எடுக்கப்போவதில்லை."

"எதனால்?"

"வாழ்க்கையில் சமாதானமாகப் போவது எவ்வளவு முக்கியமோ அதை ராஜேந்திரன் காண்பித்த திரைப்படங்களின் காட்சிகள் மூலமாகத் தெளிவாகப் புரிந்துகொண்டேன். சுஹாசினி என்ன நினைக்கிறாள் என்று எனக்குத் தெரியாது, ஆனால் எனக்கு மட்டும் கண்கள் திறந்து கொண்டாற்போல் இருக்கு."

யாரோ மாடிப்படி ஏறிவரும் சத்தம் கேட்டுச் சுநந்தா மௌனமாகிவிட்டாள்.

"நீங்கள் இருவரும் இங்கே இருக்கிறீர்களா? இன்றைக்கு மாப்பிள்ளை என்னைச் சதுரங்க ஆட்டத்தில் சுக்கு நூறாகத் தோற்கடித்துவிட்டார். அம்மா தேநீருக்காக அழைக்கிறாள், வாங்க" என்றபடி சுவாமிநாதன் மாடிக்கு வந்தார்.

"ரிடையர் ஆன பிறகு நீங்க ஆட்டத்தை மேலும் இம்ப்ரூவ் செய்திருப்பீங்க என்று நினைத்தேன் அப்பா" என்றாள்.

"எங்கே? மூன்று மாதங்கள்தானே ஆகிறது. வாங்க வாங்க. எல்லோரும் உங்களுக்காகக் காத்திருக்கிறார்கள்."

உணவு மேஜையின் முன்னால் எல்லோரும் உட்கார்ந்திருந் தார்கள். "அப்பா! சுஹாசினித் திருமணத்திற்கு முகூர்த்தம் எப்போது என்று தெரிந்தால் எங்களுடைய வேலைகளை அட்ஜஸ்ட் செய்துகொண்டு வர முடியும்" என்றாள் சுகுமாரி.

"நடிகை, நடிகர்களின் கால்ஷீட் கிடைக்காதபோதுதான் ராஜேந்திரனுக்கு ஓய்வு கிடைக்கும். அவனிடமே கேட்டு விடலாம். என்னப்பா உன் அபிப்பிராயம் என்ன?" என்றார் சுவாமிநாதன்.

"அபிப்பிராயம் சொல்லும் அளவுக்கு என்ன பிராயமாகி விட்டது எனக்கு? இருந்தாலும் இந்த சீனை இப்படியே காட்சி யாக்கினால் நன்றாக இருக்கும் மாமா" என்றான் ராஜேந்திரன்.

அதைக் கேட்டு எல்லோரும் சற்று நேரம் தொடர்ந்து சிரித்துக்கொண்டிருந்தார்கள்.

சுகுமாரி தாயிடம் சுஹாசினியைப் பார்க்கச் சொல்லி ஜாடை காட்டினாள். எதிர்பாராத விதமாக எல்லோரும் சுஹாசினியின் பக்கம் பார்த்தார்கள். அவள் கன்னங்கள் செம்மையாக, சிவப்புப் பூக்கள் மலர்ந்ததுபோல் இருந்தன.

ஸ்ரீவிரிஞ்சி

எதிர்பாராத திருப்பங்கள்

காபி டம்ளர்களைக் கையில் எடுத்துக்கொண்ட படி சுந்தரியும் கமலாவும் எதிரெதிரில் உட்கார்ந்து கொண்டார்கள்.

சுந்தரி பிஸ்கெட் தட்டைக் கமலாவின் பக்கம் தள்ளிக்கொண்டே "இன்றைக்குத் தாமதமாகிவிட்டதே?" என்றாள்.

"நாலரை மணி ஆகும் முன்பே வீட்டுக்கு வந்து விட்டாலும், உனக்கு இன்னும் தாமதம் என்று தோன்றி னால் நான் என்ன செய்யட்டும்?" என்றாள் கமலா சிரித்துக்கொண்டே.

சும்மா மூன்று மணிநேரம் வேலை செய்துவிட்டு மகள் வீட்டுக்கு வந்துவிட்ட அன்று சுந்தரிக்கு ரொம்பச் சந்தோஷமாக இருக்கும். மகள் ரொம்பக் கஷ்டப்படு கிறாள் என்ற கவலை அவளுக்கு.

"இருந்தாலும் உனக்கு இந்த வேலை எதற்கு? நிம்மதி யாக உட்கார்ந்துகொண்டு கதை, கட்டுரை என்று எழுதிக் கொண்டு உட்காராமல்" என்பாள் சுந்தரி.

கமலா எம்.ஏ. படிப்பதில் சுந்தரிக்கு விருப்பம் இல்லாவிட்டாலும், கணவரின் கடைசி விருப்பத்திற்காக வாயைத் திறக்காமல் இருந்தாள்.

"உங்கள் தங்கை கோமதியின் மகன் தயாராக இருக்கிறான். மூன்று முடிச்சுப் போடச் செய்துவிட்டால் அந்த வேலை முடிந்துவிடும்" என்று தொணதொணக்கத் தொடங்கினாள், கமலா ஹைஸ்கூலில் இருக்கும்போதே.

"மகளுக்கு விருப்பம் இருக்கும்வரையில் படிக்க வை சுந்தரி. படிப்புத்தான் வாழ்க்கையை நல்லவிதமாக

அமைக்கும் எதிர்காலத்தில்." இன்னும் அரைமணி நேரத்தில் சாகப் போகிறோம் என்றபோது சொன்னார் அவர். கார் விபத்தில் மாட்டிக்கொண்டு இரண்டு நாட்கள் கோமாவில் இருந்தவருக்கு, கடைசியில் அரைமணி நேரம் நினைவு திரும்பியது. மனைவி யிடம் சொல்ல நினைத்ததை எல்லாம் சொல்லி முடித்து விட்டு உயிரைவிட்டார். அதனால்தான் சுந்தரி எந்தத் தடையும் சொல்லாமல் கமலாவை எம்.ஏ. படிக்க வைத்தாள். பிறகு கல்லூரியில் லெக்சரர் ஆக வேலை பார்ப்பதாகச் சொன்ன போதும் மறுப்புச் சொல்லாமல் ஒப்புக்கொண்டாள்.

"எதற்காக வேலை பார்க்க வேண்டும்? வேண்டும் என்றால் ரிசெர்ச் செய்" என்று சொல்லிப் பார்த்தாள். லெக்சரர் ஆக வேலை பார்ப்பது எதிர்காலத்தில் ரிசெர்ச் செய்வதற்கு உறுதுணையாக இருக்கும் என்று சொன்ன பிறகு சம்மதிப்பதைத் தவிர அவளுக்கு வேறு வழியிருக்கவில்லை.

உள்ளூரிலேயே வேலை. பையனும் இங்கே இல்லை. எம்.பி.ஏ. படித்துக்கொண்டு தொலை தூரத்தில் கல்கத்தாவில் இருக்கிறான். இன்னும் இரண்டு வருடங்கள் போனால் தவிர, வேலையைப் பற்றி, எங்கே இருக்கப் போகிறான் என்பதைப் பற்றியும் யோசிக்கும் நிலை வராது.

காபி குடித்து முடித்த பிறகு "என்னம்மா? ஏதோ சொல்லப் போவதாகச் சொன்னாயே?" கேட்டாள் கமலா.

"நான் எதையும் சொல்ல நினைக்கவில்லை. மேஜைமீது இருக்கும் கடிதத்தைப் பார். உனக்கே தெரியும்" என்றாள்.

"என்ன விஷயம் என்று சொல்லேன்? சஸ்பென்ஸ் எதுக்கு?"

"உன் அத்தான் சுரேஷுக்குக் கல்யாணமாம். பத்திரிகை அனுப்பிவைத்திருக்கிறார்கள், கொஞ்சம்கூட வெட்கமே இல்லாமல்."

"ஓ மை காட்! அதுதான் உன் கோபமா?"

"எனக்கு எந்தக் கோபமும் இல்லை. எரிச்சல் மூட்டாமல் போய் விடு."

மேஜைமீது நான்கைந்து கடிதங்கள் இருந்தன. மற்றதை எல்லாம் ஒதுக்கிவிட்டுத் திருமணப் பத்திரிகையைக் கையில் எடுத்துக்கொண்டாள்.

சுரேஷ் வெட்ஸ் சுரேகா என்று கவரின் மீது தங்க எழுத்துக்களால் அச்சடித்து இருந்தார்கள். இந்த சுரேகா என்ற இடத்தில் கமலா என்று இருந்திருக்க வேண்டியது. அவள் பிறந்தபோதே எல்லோரும், இரு வீட்டாரும் முடிவு செய்துவிட்டார்கள் என்று கமலாவுக்கு நிச்சயமாகத் தெரியும். அப்படி நடக்காமல் போனதற்கு சுரேஷின் பிடிவாதம்தான் காரணம் என்றும் தெரியும்.

கமலா பி.ஏ. இரண்டாவது ஆண்டு படிக்கும்போது கோடை விடுமுறைக்கு வந்திருந்தான். சுறுசுறுப்பானவன். சொன்ன விஷயத்தைத் திருப்பிச் சொல்லாமல் எப்போதும் ஏதோ பேசிக்கொண்டே இருப்பான். திறந்த வாய் மூடாமல் கேட்பதைத் தவிரக் கமலாவும் சுந்தரியும் எதையும் செய்ய முடியாதவர்களாக இருந்தார்கள்.

ஒருநாள் சுரேஷ் சொன்னான். "கமலா! உன்னிடம் நேராகச் சில விஷயங்களைப் பேச வேண்டும்."

கமலா கண்களை அகல விரித்தபடிப் பார்த்தாள்.

"எதற்காக அப்படிப் பார்க்கிறாய்? நான் சொன்னது உனக்குப் புரியவில்லையா?"

"இப்போது நேராகப் பேசாமல் நாணிக் கோணிக்கொண்டு பேசுகிறாயா அத்தான்."

சுரேஷ் இந்த ஜோக்கைக் கேட்டுச் சிரித்தான். "அம்மாடி யோவ்! நீ கூட வார்த்தைகளால் திருப்பித் தாக்குகிறாயே?

"சகவாச தோஷம்."

சுரேஷ் கம்பீரமாக மாறிவிட்டான். "இத்தனைக்கும் நான் சொல்ல வந்தது என்னவென்றால்..."

"முன்னுரை இல்லாமல் நேராகச் சொல்லமாட்டாய் இல்லையா?"

"நான் சொல்வது உன் மனத்திற்குக் கஷ்டமாக இருக்குமோ என்று யோசிக்கிறேன். இருந்தாலும் புரிந்துகொள்வாய் இல்லையா. பி.ஏ. படித்துக்கொண்டிருக்கும் பெண்ணிற்கு அந்த அளவுக்குக்கூடத் தெரியாமல் இருக்குமா?"

கமலாவிற்கு அவன் போக்கு எதுவும் புரியவில்லை. சொல் என்பது போல் தலையை அசைத்தாள்.

"ஒன்றும் இல்லை கமலா! என்னைப் பற்றி வீட்டில் என்ன பேச்சு நடக்கிறது என்று உனக்குத் தெரியும் இல்லையா?"

கமலா உள்ளூரச் சிரித்துக்கொண்டாள். "வீட்டில் என்றால் எந்த வீட்டில் அத்தான்?"

"அதுதான். எங்கள் வீட்டில், உங்கள் வீட்டில்."

"எங்க வீட்டில் அம்மாவும் தம்பியும். அவர்கள் யாரும் உன்னைப் பற்றி எதுவும் நினைக்கவில்லையே? உங்க வீட்டில் என்ன நினைக்கிறார்கள் என்று எனக்குத் தெரியாது." குறும்பாக அவன் பக்கம் பார்த்தாள். கொஞ்சம் வெட்கமாகவும் இருந்தது அவளுக்கு.

கமலா இங்கிருந்து போய்விடுவாளோ என்று சுரேஷுக்கு ஒரு நிமிடம் பயமாகவும் இருந்தது. "இரு கமலா! உன்னிடம் இப்போதே சொல்லிவிடுவது நல்லது."

"சொல்ல வேண்டாம் என்று நான் ஒன்றும் தடுக்க வில்லையே?" பற்களை இறுக்கியபடிச் சொன்னாள்.

"உனக்குச் சிரிப்பாகத்தான் இருக்கும். எனக்குத்தான் எப்படிச் சொல்வதென்று தெரியவில்லை."

"அப்போ சொல்லாதே." எழுந்துகொள்ளப் போனாள் கமலா.

"அய்யோ!" என்று கையைப் பிடித்து நிறுத்தினான்.

"என்னைத் தொடாதே என்றால் கேட்கமாட்டாய்."

"சாரி, கமலா."

"நீ சொல்ல வந்ததுதான் என்ன?"

"நீ பதற்றப்படமாட்டாய் இல்லையா?"

"நான் பதற்றமடைகிறேனோ இல்லையோ. நீ மட்டும் திக்குமுக்காடிக்கொண்டு இருக்கிறாய். இரண்டு நிமிடங்களில் சொன்னாய் என்றால் சரி. இல்லை என்றால் நான் அம்மா விடம் போய் உட்கார்ந்துகொள்கிறேன். நீ திரும்பவும் ஊருக்குப் போகும்வரையில் உன் கண்ணிலேயே படமாட்டேன்."

சுரேஷுக்குத் திண்டாட்டமாக இருந்தது. மனத்தில் இருப்பதை வெளியில் சொல்லுவதற்கு.

ஒரு நிலையில் கமலா அவனை வேறு விதமாகப் புரிந்து கொள்ளவும் செய்தாள். கல்யாணத்திற்கு முன்பே நெருங்கிப் பழக வேண்டும் என்று விரும்புகிறானோ? முகம் சிவக்க "எனக்கு அப்படிப்பட்டவை பிடிக்காது அத்தான்" என்று சொல்லிவிட்டாள். இது போன்ற விஷயத்தில் வெளிப்படையாகச் சொல்லிவிடுவதுதான் நல்லது.

"நீ என்னைச் சரியாகப் புரிந்துகொள்ளவில்லை."

"போகட்டும், எனக்குப் புரியும்படியாகச் சொல்லேன்."

"அது முடியாமல்தானே இவ்வளவு நேரமாகத் திண்டாடிக் கொண்டு இருக்கிறேன்" என்றவன் குரலை மாற்றி "உன் கல்யாண விஷயத்தில் மாமிக்கு ஏன் இவ்வளவு அவசரம்?" என்றான்.

நம் திருமணம் என்று சொல்லாமல் உன் திருமணம் என்று சொன்னது கமலாவுக்கு ஏதோ போல் இருந்தது. "அந்த விஷயத்தை மாமியிடமே கேட்டுக்கொள்" என்றாள் தலை குனிந்தபடி.

"அது இல்லை கமலா. நான் சொல்ல வந்தது என்ன வென்றால் நம் இருவருக்கும் கல்யாணம் செய்து வைக்க வேண்டுமென எல்லோரும் நினைக்கிறார்கள்."

இதில் என்ன தவறு இருக்கிறதென்று கமலாவுக்குப் புரியவில்லை.

"ஆனால்... கமலா... நான் என்ன நினைக்கிறேன் என்றால்..."

"சொல்லு அத்தான்? இவ்வளவு தயங்குவானேன்?"

"நீ என்னைத் தவறாக நினைக்கக் கூடாது."

"நீ என்ன சொன்னாலும் நான் தவறாக நினைக்க மாட்டேன். போதுமா? சொல்லு."

"நாமிருவரும் கல்யாணம் செய்துகொள்ளக் கூடாது, கமலா."

வானம் இடிந்து தலைமீது விழவில்லை என்றாலும், கமலாவுக்கு அத்தானின் போக்கு என்னவென்று புரியவில்லை.

"உனக்கு மூளை ஏதாவது கலங்கிவிட்டதா அத்தான்?"

"இல்லை கமலா. மூளை சரியாக இருந்துதான் பேசுகிறேன். அது மட்டும் இல்லை. நம் எதிர்காலச் சந்ததியின் மூளையும்

நல்லவிதமாக இருக்க வேண்டும் என்பதால்தான் இந்த யோசனை."

"எனக்குப் புரியும் விதமாகச் சொல்லு அத்தான்."

"கமலா! மாமன் மகள், அத்தை மகள் என்று பண்ணிக் கொள்வதில் பல இடைஞ்சல்கள் இருக்கு."

"ஆமாம், வரதட்சிணை, சீர் வரிசை எல்லாம் குறைந்து போய்விடும்." அவனைத் தூண்டிவிடுவது போல் சொன்னாள் கமலா.

"உன் வெகண்டைப் பேச்சு எல்லாம் இப்போ வேண்டாம்."

"அப்போ உன் லாஜிக் என்னவென்று சொல்லு."

"நம் முன்னோர்களில் ஏற்கெனவே இரண்டு தலை முறையாக உறவிலேயே கல்யாணம் செய்து வந்திருக்கிறார்கள்."

"ஆமாம். சொந்தம் விட்டுப்போகக் கூடாது என்றுதானே அம்மாவும் தவித்துக்கொண்டிருக்கிறாள்."

அப்போது சொன்னான் சுரேஷ். மருத்துவச் சாஸ்திரத்தின் படி நெருங்கியவர்கள் கல்யாணம் செய்துகொண்டால் மூன்றாவது தலைமுறையில் ஊனமுற்ற குழந்தைகள் பிறக்கும் வாய்ப்பு அதிகம் என்றும், நல்ல விதமாகப் போக வேண்டிய வாழ்க்கை நிலை தடுமாறிவிடும் என்றும் விலாவாரியாக, தன்னுடைய புரொபசர்கள் சொன்னதை அப்படியே ஒப்புவித்தான். சொல்லி முடித்துவிட்டு "இதுதான் விஷயம். என்னைத் தவறாகப் புரிந்துகொள்ளாதே. உன்னிடம் பிரியம் இல்லை என்று நினைக்காதே" என்றான்.

கமலாவுக்கும் புரிந்தது. மருத்துவரீதியான எண்ணங்களை ஆணித்தரமாக மனத்தில் பதிய வைத்துக்கொண்டிருக்கும் அத்தானின் பேச்சைக் கேட்பதுதான் நல்லது என்று தோன்றியது. தன்னிடம் பிரியம் இருந்தாலும் கல்யாணத்திற்கு மறுக்கிறான் என்றால் அவன் வாதம் நியாயமானதாக இருக்க வேண்டும்.

"ஆகட்டும் அத்தான். உனக்கு விருப்பம் இல்லை என்றால் இது நடக்காது. நீ எதற்கும் கவலைப்படாதே."

"கோபம் வந்துவிட்டதா கமலா? எனக்கு ஏன் விருப்பம் இல்லை என்று காரணம்தான் சொல்லிவிட்டேனே."

"எனக்கு எந்தக் கோபமும் இல்லை அத்தான். ஆனால் உன் பெற்றோர்கள், என்னுடைய அம்மா இதை எப்படி எடுத்துக்கொள்வார்கள் என்றுதான் யோசிக்கிறேன்."

“அவர்களுக்காக யோசித்து நாம் சங்கடத்தில் மாட்டிக் கொள்ளக் கூடாது. ஏதாவது நல்ல திட்டமாக யோசித்து இதிலிருந்து வெளியேற வேண்டும்.”

“திட்டமா? அப்படி என்றால்?”

“அவர்களுக்கு மருத்துவச் சாஸ்திரத்தைப் பற்றிய கண்ணோட்டம் அவ்வளவாக இருக்காது. நான் சொல்வதை ஏற்றுக்கொள்ளமாட்டார்கள். மறுத்துவிடுவார்கள். உனக்கு விருப்பம் இல்லை என்று சொல்லிவிடு. உங்க அம்மா உன்னை வற்புறுத்தமாட்டாள். அதற்குப் பிறகு எங்க அம்மாவை நான் எப்படியாவது சம்மதிக்க வைத்துவிடுகிறேன்.”

“எனக்கு விருப்பம் இல்லை என்று எப்படிச் சொல்ல முடியும் அத்தான்? திடீரென்று விருப்பம் இல்லாமல் போவதற்கு இப்போது என்ன நடந்துவிட்டது?”

கமலா தன்னைக் கேலி செய்கிறாள் என்று சுரேஷ் முகத்தைத் தொங்கப் போட்டுக்கொண்டான்.

சற்றுப் பொறுத்துக் கமலா சொன்னாள். “அது பிரயோஜனப் படாது அத்தான். உள்ள விஷயத்தைச் சொல்லி விடுவதுதான் நல்லது என்று எனக்குத் தோன்றுகிறது. பெரியவர்களைச் சம்மதிக்கவைக்க முயற்சி செய்வோம். அவ்வளவுதானே ஒழிய இல்லாத பொய்கள் எதற்கு?”

மருத்துவச் சாஸ்திரத்தில் எவ்வளவு நம்பிக்கை இருந்தாலும், பெரியவர்களைச் சம்மதிக்கவைப்பதில் இருக்கும் கஷ்டம் தெரியும் என்பதால் சுரேஷால் உடனே ஏற்றுக்கொள்ள முடியவில்லை. கமலா பொய் சொல்வது அனாவசியம் என்ற எண்ணத்தை விடுவதாக இல்லை.

“யூ டெவில்! நான் சொன்னது போல் செய்” என்றான் சுரேஷ் சலிப்படைந்தவனாக.

“அந்த வேலையை நீயே செய்யக் கூடாதா அத்தான்! இதில் என்னை மாட்டவைப்பானேன்? உனக்கு விருப்பம் இல்லை என்று சொல்லிவிடலாம் இல்லையா?”

“எனக்கு விருப்பம் இல்லை என்றால் யார் கேட்டுக் கொள்ளப் போகிறார்கள்? அம்மா என்னைச் செருப்பாலேயே அடித்துவிடுவாள். எங்க அப்பா தோலை உரித்துச் செருப்பாகத் தைத்துப் போட்டுக்கொள்வதாகச் சொல்வார். நீ சொன்னாய்

என்றால் யாரும் எதுவும் சொல்லமாட்டார்கள். உன் வார்த்தைக்குக் கட்டுப்படுவார்கள். மிஞ்சிப் போனால் பெண் பிள்ளைகளைப் படிக்கவைப்பதால் ஏற்படும் அனர்த்தங்களில் இதுவும் ஒன்றாகிவிடும். அதனால் பயப்பட வேண்டியது இல்லை."

"உன்னைப் பண்ணிக்கொள்வதில் விருப்பம் இல்லை என்று வாய் வார்த்தையாய் என்ன? குறிப்பாகக் கூட நான் சொல்லமாட்டேன். மேலும் பெரியவர்களை இந்த விஷயத்தில் ஏமாற்றுவது எனக்குக் கொஞ்சம்கூடப் பிடிக்கவில்லை."

"அப்போ என்னதான் செய்வது?"

"உன்னால் சொல்ல முடியாது என்றால் நானே மாமா, மாமி, அம்மாவிடம் உள்ள விஷயத்தைச் சொல்கிறேன்."

சுரேஷுக்கு வேறு வழியில்லாமல் போய்விட்டது. பட வேண்டிய சிரமத்தை எல்லாம் கமலாவே படுவதாகச் சொல்கிறாள். எதற்காக மறுக்க வேண்டும்? என்ன இருந்தாலும் கமலா டேர் டெவில்தான்.

கமலாவுக்குப் பழைய விஷயங்கள் நினைவுக்கு வந்தன. எல்லோரும் இந்த விஷயத்தில் சமாதானமாகிவிட்டார்கள். சுந்தரியால் மட்டும் சமாதானம் ஆக முடியவில்லை.

இறந்துபோன அண்ணனின் ஆன்மா அமைதியடைவதற்காகவாவது கோமதி தன் கணவனை, மகனை வலுக்கட்டாயப் படுத்தி, இந்தக் கல்யாணம் நடக்கும்படியாகச் செய்திருக்க வேண்டும். அந்தப் பொறுப்பு கோமதி ஏற்றிருக்க வேண்டுமென்று ஆழமாக நம்பியிருந்தாள். யாரை வேண்டுமென்றாலும் அவளால் மன்னிக்க முடியும். கோமதியை மட்டும் மன்னிக்க அவளால் முடியாது.

கமலா இரு வீட்டாருக்கும் இந்த விஷயத்தை வெளிப்படுத்திய பிறகு அதுநாள் வரையில் சமரசத்துடன் இருந்துவந்த இரண்டு குடும்பங்களுக்கு நடுவில் போக்குவரத்து ஏறக்குறைய நின்றே போய்விட்டது.

வருடங்கள் கழிந்துவிட்டன. இன்று கல்யாணப் பத்திரிகையும் கட்டாயம் வர வேண்டுமென்று தனிப்பட்ட முறையில் கடிதமும் வந்தது.

ஒரு வாரம்கூட இல்லை முகூர்த்தத்திற்கு.

"உனக்கு வெட்கம் இல்லை என்றால் நீ போய்க்கொள். நான் மட்டும் இந்தக் கல்யாணத்திற்குப் போகப்போவதில்லை"

என்றாள் சுந்தரி. ஆனால் கமலா சமாதானப்படுத்திய பிறகு பயணத்திற்குத் தயாரானாள்.

"நீ என்ன வேண்டுமானாலும் சொல்லு. எனக்கு உன் மாமா, அத்தையிடம் எந்த விதமான மதிப்பும் இல்லை. நாம் நேராக ஊருக்குப் போக வேண்டாம். நேராகக் கல்யாணம் நடக்கும் ஊருக்குப் போவோம். ஏதாவது ஹோட்டலில் தங்கிக்கொண்டு முகூர்த்த வேளைக்குப் போவோம்" என்றாள் சுந்தரி.

"அப்படியே செய்வோம். மணமேடையில் மணமகன் அலங்காரத்தில் அத்தான் எப்படி இருப்பான் என்று பார்க்க எனக்கு ஆசையாக இருக்கிறது. மற்ற விஷயங்கள் எப்படி இருந்தாலும் நான் பொருட்படுத்தப்போவதில்லை" என்றாள் கமலா.

'இந்தப் பெண்ணின் மனத்தில் என்னதான் இருக்கிறது' என்று நினைத்துக்கொண்டாள் சுந்தரி. எது எப்படி இருந்தாலும் என் மகள் துணிச்சல் மிகுந்தவள். வாழ்க்கையில் எந்தச் சந்தர்ப்பம் எதிர்ப்பட்டாலும் அவளால் நேருக்கு நேர் சந்திக்க முடியும். அப்படி இல்லாமல் அழுது பிடிவாதம் பிடித்து அத்தானின் மனத்தை மாற்றி அவனையே கல்யாணம் செய்து கொள்ளும் சாமர்த்தியமும் மகளுக்கு இருக்கிறது. அதை வெளிப்படுத்தாமல் இருந்துவிட்டாள் என்றுதான் கமலாவிடம் அவளுக்குக் கோபம்.

இவர்கள் போனபோது கல்யாண மண்டபத்தில் வழக்க மான சந்தடி இருந்தது. சுரேஷ், அவனுடைய பெற்றோர்கள் இவர்களைப் பார்த்ததும் சந்தோஷத்தில் திக்குமுக்காடி விட்டார்கள்.

"அண்ணி! இதில் எங்களுடைய தவறு எதுவும் இல்லை. இருந்தாலும் நீங்கள் என்னை மன்னிப்பதாக இல்லை. என்ன செய்வது? பிராப்தம் என்று சமாதானப்படுத்திக்கொள்ள வேண்டியதுதான். சுவர்க்கத்தில் இருக்கும் எங்க அண்ணனிடம் நான் அப்போதே மன்னிப்புக் கேட்டுக்கொண்டுவிட்டேன். அவரும் சரி என்று சொல்லிவிட்டார். இல்லை என்றால் இவ்வளவு நல்ல இடத்திலிருந்து பெண் எங்களுக்குக் கிடைத் திருக்கமாட்டாள்" என்றாள் கோமதி. சுந்தரியைத் தனியாக அறைக்குள் அழைத்துச் சென்று காபி, டிபன் ஏற்பாடுகளைக் கவனித்தாள்.

"நீ வந்ததில் எனக்கு ரொம்பச் சந்தோஷம்" என்றான் சுரேஷ்.

அந்த வார்த்தைகள் உதட்டளவில் வந்தவை இல்லை என்றும் உள்ளத்தின் அடியிலிருந்து வந்தவை என்றும் கமலாவுக்குத் தெரியும். "நான் வரமாட்டேன் என்று எப்படி நினைத்தாய்?"

"யூ டெவில்!" என்றான் சுரேஷ். இரண்டு பேரும் பழைய நாட்களை நினைவுபடுத்திக்கொண்டு சிரித்தார்கள்.

"சுரேகாவை எனக்கு அறிமுகம் செய்துவைக்க மாட்டாயா?" கேட்டாள் கமலா.

"மூன்று முடிச்சுப் போட்ட பிறகுதான் என்னால் உரிமை யுடன் பேச முடியுமோ என்னவோ கமலா" என்றான் சுரேஷ்.

மணமேடையில் உட்கார வேண்டிய சமயம் நெருங்கிக் கொண்டிருந்தது. சாஸ்திரிகள் அவசரப்படுத்திக் கொண்டிருந் தார். சுரேஷ் போய் உட்கார்ந்துகொண்டான். சடங்குகள் ஆரம்பித்துவிட்டன. அந்தச் சந்தடியில் உட்கார்ந்துகொள் வதற்குக் கமலாவுக்குக் கஷ்டமாகத்தான் இருந்தது. இருந்தாலும் சமாளித்துக்கொண்டிருந்தாள்.

திடீரென்று எல்லோரும் குசுகுசுவென்று பேசத் தொடங்கி னார்கள். நான்கைந்து பேர் கும்பல் கும்பலாகக் கூடிப் பேசிக்கொண்டிருந்தார்கள். இங்கேயும் அங்கேயும் ஓடிக் கொண்டிருந்தார்கள். என்ன செய்கிறார்கள் என்று அவர் களுக்கே தெரியாததுபோல் பரபரப்புடன் செயல்பட்டுக் கொண்டிருந்தார்கள்.

மணமகளை இன்னும் அழைத்து வரவில்லை. என்ன காரணம்? சிலர் இந்தக் கேள்விகளை வெளிப்படையாகக் கேட்கவும் செய்தார்கள்.

"சம்பந்தி! நீங்க என்னை மன்னிக்க வேண்டும். எங்களால் முடிந்தவரையில் முயற்சி செய்தோம். இனியும் உங்களிடமிருந்து மறைப்பதால் எந்தப் பலனும் இல்லை." மணமகளின் தந்தை சுரேஷ் தந்தையின் கைகளைப் பிடித்துக் கொண்டார்.

"என்ன விஷயம்? என்ன நடந்தது?"

பெரியவர்கள் எல்லோரும் ஒரு அறைக்குள் கூடினார்கள்.

"மகளை நேற்று இரவு முதல் காணவில்லை. பத்து ஆட்களை அனுப்பித் தேடிக்கொண்டிருக்கிறோம். ஒரு தகவலும் தெரிய வில்லை. போலீசாரின் உதவியையும் நாடி இருக்கிறோம்.

முகூர்த்த நேரத்திற்குள் கிடைத்துவிட வேண்டும் என்று ஆயிரம் தெய்வங்களுக்கு வேண்டிக்கொண்டோம். எங்களுடைய மரியாதை மண்ணோடு கலந்துவிட்டது. உங்களுடைய மரியாதைக்கு இழுக்கு நேரும்படி ஆகிவிட்டது."

சுரேஷின் பெற்றோர்கள் திகைத்துப் போய்விட்டார்கள்.

"சுரேகா கல்லூரியில் ஒரு இளம் லெக்சரரைக் காதலித்தாள். நாங்கள் கண்டித்தோம். திருமணத்திற்குச் சம்மதிப்பது போல் நடித்தாள். அவர்கள் இரண்டு பேரும் சேர்ந்துதான் இப்படி நாடகமாடி இருக்க வேண்டும். அந்த லெக்சரரையும் காணவில்லை. எங்கே ஓடிவிட்டார்களோ என்னவோ? இப்படி அவமானப்பட வேண்டுமென எங்கள் தலையில் எழுதியிருந்தால் வேறு எப்படி நடக்கும்?" வருத்தப்பட்டுக்கொண்டே கதையைச் சொன்னார்கள் பெண்ணைப் பெற்றவர்கள்.

இங்கே என்ன நடக்கிறது என்று தெரியாமல் சாஸ்திரிகள் "அய்யா! மணமகளை அழைத்து வாங்க" என்று குரல் கொடுத்துக்கொண்டிருந்தார், பத்து நிமிடங்களுக்கு ஒரு முறை.

"அய்யா! தாரைவார்க்கப் போகிறவர் எங்கே?"

"அய்யா! மணமகளின் தாய்மாமன் எங்கே?"

"அய்யா! மணமகளை யார் அழைத்துக்கொண்டு வருகிறார்கள்?"

போலீசாராவது மகளை முகூர்த்த நேரத்திற்கு ஒப்படைத்து விடுவார்கள் என்று எதிர்பார்த்துக்கொண்டிருந்த மணமகளின் தந்தைக்கு அழுகையும் கூக்குரலும்தான் மிஞ்சியது.

சிறுத்துப்போன முகத்துடன் சுரேஷ் மணமேடையை விட்டு இறங்கினான். நிலைமையைப் புரிந்துகொள்வதற்கு அவனுக்கு ஐந்தாறு நிமிடங்கள் தேவைப்பட்டது.

கமலா அவனையே பார்த்துக்கொண்டிருந்தாள். ஒரு நிமிடத்தில் எவ்வளவு மாறுதல்?

உற்சாகத்துடன் இருந்தவன், இப்போது ஒரு மாதமாகப் பட்டினி கிடந்தவன் போல் காட்சியளித்தான்.

சுந்தரி மகளின் காதில் "நன்றாக வேண்டும். கடவுள் இல்லையா பின்னே? நியாயம் ஜெயிக்காதா?" திரைப்படங்களில் வரும் வசனத்தை நினைவுபடுத்திக்கொண்டே சொன்

னாள். கமலா தாயின் முகத்தைப் பார்த்து "அம்மா! உனக்குப் புண்ணியம் உண்டு. வெளியில் எதுவும் சொல்லாதே. அத்தானின் முகத்தைப் பார், எப்படி வாடிவிட்டதென்று."

"அந்த முகத்தைப் பார்த்து நீதான் சந்தோஷப்பட்டுக் கொள்ளணும். எனக்குக் கொஞ்சம்கூட இரக்கம் ஏற்படவில்லை. நீ என்ன வேண்டுமானாலும் சொல். நாம் கிளம்புவோம். இன்னும் இங்கே இருப்பானேன்? அவர்கள் வாய்விட்டு அறிக்கை விடும் வரையில் நகரப் போவதில்லையா?" கமலாவின் கையைப் பற்றி அழைத்துப் போக முயன்றாள்.

கமலாவுக்கு ஏதோ செய்ய வேண்டும் போல் இருந்தது. இந்தச் சூழ்நிலையிலிருந்து, தலைகீழாகிவிட்ட நிலைமை யிலிருந்து அத்தானை எப்படியாவது மீட்க வேண்டும். தாயின் கையை உதறிக்கொண்டு முன்னுக்கு நடந்தாள். நேராக சுரேஷ் அருகில் சென்றாள்.

"ரொம்ப சாரி அத்தான்! இப்படி அசந்தர்ப்பமாக நடக்கு மென்றும், இதைப் பார்ப்பதற்கு வருவேன் என்றும் நான் நினைக்கவில்லை."

சுரேஷ் தீனமாக அவளையே பார்த்துக்கொண்டிருந்தான். அந்தப் பார்வையில் அவளுக்கு ஆயிரம் அர்த்தங்கள் இருப்பது போல் தோன்றியது.

"அத்தான்! நீ தவறாக நினைக்கவில்லை என்றால் நான் ஒரு வார்த்தை சொல்கிறேன். சுரேகாவை அவர்கள் வலுக் கட்டாயமாக அழைத்து வந்து, மணமேடையில் உட்கார வைத்தாலும் நீ மட்டும் கல்யாணம் செய்துகொள்ளாதே. இந்த இழுக்கிலிருந்து மீளுவது கஷ்டம்தான். எனக்குத் தெரியும். அதனால்தான் சொல்கிறேன். எனக்கு எந்த ஆட்சேபணையும் இல்லை. உனக்கு விருப்பம் இருந்தால் இதே முகூர்த்தத்தில் என்னைக் கல்யாணம் செய்துகொள்."

சுரேஷ் குழப்பத்துடன் அவள் பக்கம் பார்த்தான். அவள் வார்த்தைகளைப் புரிந்துகொள்வதற்கு அவனுக்குக் கொஞ்ச நேரமாயிற்று.

"யூ... யூ... டெவில்! உன்னையா? யு ஆர் என் ஏன்ஜில்! என் மீது இரக்கப்பட்டு இப்படிச் சொல்கிறாயா? நன்றாக யோசித்துப் பார்த்துக்கொள்."

"இதில் யோசிக்க வேண்டியது எதுவுமே இல்லை அத்தான்! எனக்கு சிம்பிள் ஆகத் தென்பட்டது உனக்குக்

காம்ப்ளெக்ஸாகத் தென்படுவது தொடக்கத்திலிருந்து உள்ளது தானே. இனி மேல் உன் விருப்பம்" என்று பேசாமல் இருந்து கொண்டாள்.

சுந்தரி மட்டும் "தம்பி! இந்த முகூர்த்தத்தில் என்னால் வரதட்சிணை கொடுக்க முடியாது" என்றாள்.

"எனக்குத் தனியாக வரதட்சிணை எதற்கு மாமி? கமலா வுக்குத் தினமும் பிரதட்சிணம் செய்து, இத்தனை நாளும் உங்கள் மனத்தைக் கஷ்டப்படுத்தியதற்குப் பிராயச்சித்தம் செய்துகொள்கிறேன். அதற்கு வாய்ப்புக் கொடுத்தால் போதும்" என்றான்.

அன்று இரவு அவளை அருகில் இழுத்துக்கொண்டபோது கமலா கேட்டாள். "அத்தான்! டெவிலா, ஏன்ஜிலா என்று முடிவுசெய்துவிட்டாயா? மருத்துவ சாஸ்திரத்தின்படி..."

"அவர்கள் சொன்னது பொய் இல்லை. நம் விஞ்ஞானிகள் தினமும் புதிதாக எதையாவது கண்டுபிடித்துக்கொண்டே இருப்பார்கள் இல்லையா. இதற்கும் ஏதாவது மாற்றைக் கண்டுபிடித்துச் சொல்லுவார்கள். அதைச் சாவகாசமாகத் தெரிந்துகொண்டால் போச்சு" என்றான் சுரேஷ்.

மறுநாள் மாலையில்தான் போலீசாரால் சுரேகாவையும், அந்த இளம் லெக்சரரையும் கண்டுபிடிக்க முடிந்தது. ஐநூறு கி.மீ. தொலைவில் ஹோட்டலில் தங்கியிருந்தவர்களை அழைத்து வந்தார்கள். அவர்களையும் அக்னியை வலம் வரச் செய்து போலீசாரைக் கொண்டு அட்சதை போட வைத்தார்கள் சுரேஷும் கமலாவும்.

வானத்தில் சந்திரன்

செரங்கூன் சாலையில் கோமள விலாஸில் உட்கார்ந்து ரவா இட்லி சாப்பிட்டுக்கொண்டிருக்கும் போது குமுதினிக்குத் தாய் சொன்னது நினைவுக்கு வந்தது. அந்த வார்த்தைகளை மனத்தில் அசைப்போட்டுக் கொண்டே திரும்பவும் சிரித்தாள். அந்தச் சிரிப்பு உதட்டையும் தாண்டி வெளியில் வந்துவிட்டதைச் சந்திரசேகர் கவனித்துவிட்டான்.

"எதற்காகச் சிரிக்கிறாய்?"

"ஒன்றும் இல்லை" என்றாள் குமுதினி.

"ஒன்றும் இல்லை என்று சொல்வது வழக்கமாகச் சொல்வதுதான். எதுவும் இல்லாமல் யாரும் சிரிக்க மாட்டார்கள். அப்படிச் சிரிப்பவர்களை இந்த உலகம் பைத்தியம் என்றழைக்கும். சொன்னால் நானும் கேட்டுச் சந்தோஷப்படுவேன் இல்லையா?"

குமுதினிக்குச் சொல்வதில் விருப்பம் இருக்கவில்லை. ஆனால் ஏதோ ஒன்றைச் சொல்லும் வரையில் சந்திர சேகர் விட மாட்டான். தொணதொணத்துக்கொண்டே இருப்பான்.

"சில ஆயிரம் மைல்கள் கடந்து வேலைக்காக வெளிநாட்டிற்கு வந்திருக்கிறோம். இருந்தாலும் ரவா இட்லிக்காக இவ்வளவு தூரம் வந்ததை நினைத்துப் பார்க்கும்போது எனக்கே சிரிப்பாக இருந்தது. வேறு எதுவும் இல்லை."

சந்திரசேகரும் நிம்மதியாகச் சிரித்தான்.

சிங்கப்பூருக்கு வந்தாலும் இந்த லிட்டில் இண்டியா வில் சுற்றிக் கொண்டு இருக்கும்போது இந்தியாவில்

நடமாடுவது போல்தான் இருந்தது. பூக்கள், ஆடைகள், தின்பண்டங்கள், தங்க ஆபரணங்கள் விற்கும் கடைகள்... மக்கள் கூட்டத்துடன் ஜேஜேவென்று இருக்கும். அவ்வப்போது தெலுங்கு வார்த்தைகள் யார் வாயிலிருந்தாவது வெளிவரும். பெரும்பாலும் தமிழில்தான் குரல் கேட்கும். பாண்டிபஜாரில் நடமாடுவது போன்ற உணர்வை ஏற்படுத்தும்.

"முப்பத்தொன்பது வயதாகிறது. இன்னும் எப்போ திருமணம் செய்துகொள்ளப் போகிறாய்? குழந்தை குட்டி எப்போ பெறுவது?" என்பதுதான் சத்யவதியின் புலம்பல். அவளுக்குப் பதினாறு வயதில் திருமணமாகிவிட்டது. தாமத மாகிவிட்டது என்று நினைத்துக்கொண்டே இருபதாவது வயதில் குமுதினியைப் பெற்றெடுத்தாள். குழந்தைக்கு ஐந்து வயது நிரம்புவதற்குள் கணவர் போய்ச் சேர்ந்துவிட்டார். பணத்திற்குத் தட்டுப்பாடு இல்லை என்பதால் குமுதினிக்குத் தந்தையும் தாயுமாக இருந்து வளர்த்து ஆளாக்கினாள். படிப்புச் சொல்லிக் கொடுத்தாள். வேலைக்குப் போவதாகச் சொன்ன போது ஏற்றுக்கொண்டாள்.

நன்றாகப் பழக்கப்பட்ட இடம் என்பதாலும் கணவர் சொத்து நிறைய வைத்துவிட்டுப் போயிருந்ததாலும் சிங்கப்பூரை விட்டு வெளியில் போக வேண்டிய அவசியம் இருக்கவில்லை. இங்கேயே எல்லா வசதிகளும் இருந்தன.

குமுதினிக்குத் தன்னுடைய குமுறல் புரியாது என்று நினைப்பாள் சத்யவதி.

"உனக்கு எல்லாவற்றுக்கும் அவசரம்தான். நடக்க வேண்டிய நேரத்தில் எதுவும் தானாகவே நடக்கும். சும்மா புலம்புவதால் என்ன பயன்?" என்பாள் குமுதினி. முயற்சி செய்யாமல் எதுவும் நடக்காது என்று மகளிடம் சொல்லியும் பிரயோஜனம் இருக்கவில்லை.

"நிம்மதியாக வேலை பார்த்துக்கொண்டு இருக்கிறேன். எனக்குப் பிடித்தவன், என்னைக் கல்யாணம் செய்துகொள்வ தாகச் சொல்பவன் கிடைக்கும் போதுதான் கல்யாணம் ஆகும். இதற்காக நீ நம் நாட்டிற்குச் சென்று வேலை மெனக்கெட்டு வரன் தேட வேண்டியதில்லை. சும்மா அவசரப்பட்டால் என்ன பிரயோஜனம்?"

குமுதினி தனக்குத் தானே சமாதானம் சொல்லிக்கொள்ள முயன்றாலும் சமீபகாலமாக அந்த மனத் துணிச்சல் அதிக நேரம் நிலைத்திருப்பதில்லை. முதிர்கன்னியாகவே வாழ்க்கை கழிந்து விடுமா? சுற்றிலும் இருக்கும் உலகத்தைப் பார்க்கும்போது

கொஞ்சம் கவலையாக இருப்பது உண்மைதான். கல்யாணம், குடும்பம், குழந்தைகள், அவர்களை வளர்த்து ஆளாக்குவது, பொறுப்பை ஏற்றுக்கொள்வது இதெல்லாம் வாழ்க்கையில் கட்டாயம் நிகழ வேண்டியவையாக இருக்கலாம். ஆனால் அதற்காக மனத்தைக் கலங்கடித்துக்கொண்டால் எப்படி? காலம் கடந்துபோகும் முன்பே ஏதாவது சந்தர்ப்பம் எதிர்ப் பட்டால் நன்றாக இருக்கும். சந்தர்ப்பத்தைத் தானாகத் தேடிக்கொண்டு போகவேண்டுமா? இல்லை தானாகவே வருமா? நல்ல கேள்விதான். பதில்தான் கிடைத்தபாடில்லை. காத்திருப்பதைத் தவிர வேறு வழியிருப்பதாகத் தெரியவில்லை.

குமுதினிக்குத் திடீரென்று விடிந்தாற்போல் இருந்தது, சந்திரசேகரைப் பார்த்தபோது. அவன் இந்தியாவில் இன்னொரு மூலையிலிருந்து வந்திருக்கிறான். எம்.பி.ஏ. முடித்துவிட்டு இப்போதுதான் வேலையில் சேர்ந்திருக்கிறான். குமுதினியின் ஆபீசில் அசிஸ்டென்ட். முன்னுக்கு வரக் கூடியவன். அதற்கு வேண்டிய தகுதிகள் எல்லாமே இருப்பவன்.

அவனை "செண்டொஸெள"க்கு அழைத்துப் போனாள். புலியைப் பார்த்துச் சிங்கம் என்று எண்ணிவிட்ட இளவரசனைப் பற்றிச் சொன்னாள். இளவரசியைக் கல்யாணம் செய்து கொண்ட கதையைச் சொன்னாள். முப்பத்தேழு மீட்டர் உயரத்தில் இருந்த மெர் லயனைக் காட்டினாள். சிங்கக் கன்னி என்று தான் பெயர் சூட்டியிருப்பதையும் சொன்னாள்.

அவர்களுடைய அறிமுகம் மேலும் வளர்ந்தது. எதிர் பார்ப்புகள், கோரிக்கைகள் துளிர்விட்டன.

திடீரென்று குமுதினி தாயிடம் அவனைப் பற்றிச் சொன்னாள். "நீ அவனைப் பார்த்தால் நன்றாக இருக்கும்."

"பார்க்காமல் என்ன? நாலைந்து முறை நம் வீட்டிற்கு வந்தபோது பார்த்திருக்கிறேன்" என்றாள் சத்யவதி.

"வெறுமே பார்ப்பது இல்லை. வேறொரு கண்ணோட்டத்தில் பார்க்கச் சொன்னேன்."

குமுதினியின் கன்னங்கள் செம்மையேறியதைச் சத்யவதி கவனித்தாள். "அவனுக்கு இன்னும் இருபத்தைந்து வயதுகூட நிரம்பவில்லை போலிருக்கே?" என்றாள் வியப்பும், திகைப்பும் கலந்த குரலில்.

"ஆமாம். இன்னும் இரண்டு வருடங்கள் போனால்தான் அந்தப் பிறந்தநாளைக் கொண்டாட முடியும். அப்படியும் அவன் சம்மதம் தெரிவித்திருக்கிறான்" இதைவிட நேராக,

சுருக்கமாகச் சொல்வது எப்படி என்று குமுதினிக்குத் தெரிய வில்லை.

ஆண் குறைந்தபட்சம் நாலைந்து வருடங்களாவது பெரிய வனாக இருந்தால்தான் நல்லது. ஆனாலும் பதினைந்து வயது சின்னவன்! குமுதினியின் உத்தேசம்தான் என்ன? சத்யவதியால் எதுவும் வெளியில் சொல்ல முடியவில்லை. வயது குறைவு என்று இல்லாமல் துணைக்காக மட்டும்தான் சமாதானப் படுத்திக்கொள்ளவும் அவளால் முடியவில்லை. இந்தக் காலத்துக் குழந்தைகள்! அவர்கள் மனத்தில் எந்த எண்ணங்கள் குடி புகுந்து ஆட்டுவிக்குமோ யாருக்குத் தெரியும்? சுற்றிலும் இருக்கும் தம்பதிகளைப் பார்த்த பிறகு இது சரி இது தவறு என்று சொல்ல முடியவில்லை.

"அவனுக்குப் பெரியவர்கள் யாராவது இருக்கிறார்களா? அவர்கள் என்ன சொன்னர்ர்கள்? கேட்டுத் தெரிந்துகொண் டானா? அவசரப்படவில்லையே?" என்று மட்டும் மகளிடம் சொன்னாள்.

என்ன தெரிந்துகொள்ள வேண்டும்? அவற்றைத் தெரிந்து கொள்ளும் முன்பே நடக்க வேண்டியதெல்லாம் நடந்து முடிந்துவிட்டது. குமுதினிக்கு அவனை விட்டுப் பிரிந்திருப்பதை ஊகித்தும் பார்க்கவும் முடியவில்லை.

தேவைக்கு எது வேண்டுமானாலும் பேசலாம். இறுதியில் பந்தம் என்று வரும்போது யாருடைய மனம் எப்படி மாறுமோ? அவசரப்பட்டு முடிவு செய்யக்கூடாது. இதைத்தான் மகளிடம் சொன்னாள்.

'அவசரப்பட என்னால் முடியாது என்று உனக்குத் தெரியும் அம்மா! கல்யாணத்திற்கு அவசரப்பட்டது நீதான். இப்போது மீனமேஷம் பார்க்கிறாய். உன் எண்ணங்கள் எனக்குப் புரியாது' என்று நினைத்துக்கொண்டாள் குமுதினி. அந்த வார்த்தைகளை வெளியில் சொல்வதற்குத் தைரியம் போத வில்லை. அம்மா சொல்வது ஒரே பேச்சுத்தான். "இப்போது எல்லாம் நன்றாக இருப்பதுபோல்தான் தோன்றும். இன்னும் இருபது வருடங்கள் போன பிறகு உனக்கு அறுபது, அவனுக்கு நாற்பத்து ஐந்து! கிழட்டு மனைவி, இளம் புருஷன்! இது சினிமா விவகாரம் இல்லை, வாழ்க்கை. நன்றாக யோசித்துக் கொள்ள வேண்டியது நீதான்."

இந்தப் பேச்சு நிராகரிக்கக்கூடியதல்ல என்றே குமுதினி நினைத்தாள். முன் ஜாக்கிரதையாக யோசிக்கும் மனத்திற்கு எல்லாமே நெகடிவ் ஆகத்தான் தோன்றும்.

முடிவெடுக்க வேண்டிய வயது தாண்டிவிட்டது தனக்கு. இப்போது தன்னால் பின் வாங்க முடியாது. என்ன நடக்குமோ நடக்கட்டும். சூழ்நிலைக்கு ஏற்றவாறு யோசித்துப் பார்ப்பதில் தான் மனத்தின் சுதந்திரம் அடங்கியிருக்கிறது.

"சந்திரசேகர்! எங்க அம்மா யோசிப்பது என்னைப் பற்றி இல்லை. உன்னை நினைத்துத்தான் அவள் தயங்கிக் கொண்டிருக் கிறாள்" என்றாள் குமுதினி அவனிடம்.

"உங்க அம்மாவிடம் நான் பேசுகிறேன். நயமாக எடுத்துச் சொல்கிறேன். நீ ஒன்றும் கவலைப்படாதே" என்றான் அவன்.

'பெண்களிடம் வயதைக் கேட்கக் கூடாது என்பது பழமொழி. உண்மைதான். அதைப் பற்றி யோசிப்பதும் அனாவசியம். இருந்தாலும் பெண்கள் தம் வயது வெளியில் தெரியும் விதமாக நடந்துகொள்வார்களா என்ன? வயதிற்கு ஆண் பெண் என்ற வித்தியாசம் எதற்கு? என்றும் இளமையாகக் காட்சி தரவேண்டும் என்பதில் அக்கறை காட்டுவதை இந்தக் காலத்தில் பார்த்துக்கொண்டுதானே இருக்கிறோம்' என்று நினைத்துக்கொண்டான் சந்திரசேகர்.

"எப்போதோ பேசுகிறேன் என்று, தாமதப்படுத்திக் கொண்டே போனால் முடியாது. அந்த வேலை உடனடியாக நடக்க வேண்டும்."

"அவ்வளவு அவசரம் என்ன வந்துவிட்டது இப்போது?" குறும்பும் கேலியும் கலந்த குரலில் கேட்டான் அவன்.

குமுதினி கொஞ்சம் தயங்கினாள். "சேகர்! நம் கல்யா ணத்தை இந்த மாதத்திலேயே முடிப்பதுதான் நல்லது. தவிர்க்க முடியாது."

சந்திரசேகர் அவள் பக்கம் ஆர்வமாகப் பார்த்தான்.

"உனக்குப் புரியாது." மேலும் அவளே சொன்னாள்.

"குமுதினி! எனக்கு மர்மம் நிறைந்த பேச்சுகள் புரியாது என்பது உண்மைதான். இருந்தாலும், இப்போது அவ்வளவு குடி மூழ்கும்படி என்ன நடந்துவிட்டது? ஏன் இந்த அவசரம்?"

"அன் மேரீட் மதர் என்று அழைக்கப்படுவதை நான் விரும்பவில்லை. இன்று மாலையே நீ அம்மாவிடம் பேசு."

"அப்படி என்றால்?"

"எனக்கு இப்போது இரண்டாவது மாதம்!" அவன் மடியில் முகம் புதைத்துக்கொண்டாள். பிறகு மெல்ல நிமிர்ந்து பார்த் தாள். "ஏன்? என்னவோபோல் ஆகிவிட்டாயே?"

"ஒன்றும் இல்லை. ஒன்றுமே இல்லை," தன்னைத்தானே சமாளித்துக் கொண்டான்.

"மாலையில் வருவாய் இல்லையா? எல்லாம் விரிவாகப் பேசுவோம்" என்றாள் குமுதினி, வேறு என்ன சொல்வதென்று தெரியாமல்.

"வருகிறேன்" என்று சொன்னானே ஒழிய அவன் குரலில் ஏதோ கோழைத்தனமும் பயமும் வெளிப்பட்டன அவளுக்கு. இதெல்லாம் தன்னுடைய கற்பனையாகவே இருக்கலாம். 'என் சந்திரன் என்னை ஏமாற்ற மாட்டான். அவன் துணை இல்லாமல் என்னால் இருக்க முடியாது என்பதுபோல் என் நிழல் இல்லாமல் அவனாலும் வாழ முடியாது. நாங்கள் இருவரும் மேட் பர் ஈச் அதர்' என்று தைரியம் சொல்லிக் கொண்டாள்.

மாலையில் அவன் வரவில்லை.

"நான் சொல்லிக்கொண்டுதான் இருந்தேன். அவன் தப்பித்துக்கொள்ளப் பார்க்கிறான்."

"என்ன வேலையில் எங்கே மாட்டிக்கொண்டு இருக்கிறானோ? நீ அனாவசியமாகச் சந்தேகத்தை வளர்த்துக் கொள்ளாதே. அவனிடம் எனக்கு, என்னிடம் அவனுக்கு முழுமையான நம்பிக்கை இருக்கிறது. இதில் எனக்கு எந்தச் சந்தேகமும் இல்லை" என்று வெளியில் சொன்னாலும் குமுதினியின் மனத்தில் கவலை நீங்கியபாடில்லை.

மூன்று நாட்கள் கழிந்து விட்டன. சந்திரசேகர் முகம் கொடுத்துப் பேசவில்லை. குமுதினி வழிமறித்துக் கேட்டபோது "யோசிப்பதற்கு எனக்குக் கொஞ்சம் டைம் கொடு" என்றான்.

"எதைப் பற்றி யோசிக்கப் போகிறாய்? யோசிப்பதற்கு என்ன இருக்கு இதில்?"

"நிறைய இருக்கு குமுதினி! நான்கு நாட்கள் என்னைத் தனியாக விட்டு விடு. என்னால் எதையும் முடிவுசெய்ய முடியவில்லை."

'மனங்கள் இணைந்த பிறகு, வயது ஒரு தடை இல்லை' என்று சொன்ன சந்திரசேகர் இவன்தானா?

நான்கு நாட்கள் கழிந்த பிறகு குமுதினி மறுபடியும் கேட்டாள். "இனியும் தாமதம் செய்யக்கூடாது. உண்டா இல்லையா என்று இன்றைக்கே முடிவுசெய்தாக வேண்டும். நீ மறுக்கப் போவதில்லை என்று எனக்குத் தெரியும்" என்றாள் குமுதினி, தன்னையறியாமலேயே அவனைச் சங்கடத்தில் மாட்டிவிட்டபடி.

சந்திரசேகர் நிதானமான குரலில் சொன்னான். "வயது வித்தியாசம் என்னை எந்த விதமாகவும் பாதிக்காது."

"பின்னே?"

"குழந்தையுடன் இருப்பவளைக் கல்யாணம் செய்து சொள்வதைப் பற்றித்தான் யோசிக்கிறேன்."

"உன் குழந்தைதான். நீயும் நானும்தான்! உனக்கு ஏதாவது சந்தேகமா?"

"எனக்கு அந்த விஷயத்தில் எந்தச் சந்தேகமும் இல்லை."

"பின்னே என்னதான் தயக்கம்?"

சந்திரசேகரால் உடனே பதில் சொல்ல முடியவில்லை. "என்னை யோசிக்கவிடு குமுதினி."

"பத்து நாட்களாக யோசித்துக்கொண்டுதான் இருக்கிறாய். மாட்டேன் என்று சொல்ல முடியாது உன்னால்."

"இப்போதிருந்தே குழந்தைகள்..." என்று முணுமுணுத்தான்.

"நாம் வேண்டுமென்றும் நினைக்கவில்லை. வேண்டாம் என்றும் தடை போட்டதில்லை. பின்னே எதற்காக இந்தத் தயக்கம் உனக்கு?"

"கொஞ்சம் யோசிக்கவிடு என்று சொன்னேன் இல்லையா. சும்மா தொந்தரவு செய்யாதே. அவசரப்படாதே."

"அவசரம் எதற்காக என்று உன்னிடம் ஏற்கெனவே சொல்லிவிட்டேன் இல்லையா? இன்னும் சொல்வதற்கு என்ன இருக்கிறது?"

"அதைத்தான் யோசித்துக்கொண்டிருக்கிறேன். இந்தப் பிரச்சனை தீராது. முடிச்சும் விழாது."

"விவரமாகச் சொல்லு."

"உன்னை என்னால் மறுக்க முடியாது என்று நீ சொல்வதை நானும் மனப்பூர்வமாக ஒப்புக்கொள்கிறேன். ஆனால்..."

"ஆனால் என்ன ஆனால்?"

"என்னவென்று தூண்டித் துருவிக் கேட்டால் என்னால் என்ன சொல்ல முடியும்? சொல்ல முடியாமல்தானே யோசிப்ப தற்கு அவகாசம் கேட்கிறேன்" என்று நீட்டி முழக்கினான்.

"எத்தனை நாட்கள்?"

"என் யோசனைகள் முடியும் வரையில்."

"உன் யோசனைதான் என்ன? சொல்லித்தான் பாரேன். நானும் தெரிந்துகொள்கிறேன்."

"குமுதினி! என் குழந்தைதான் என்றாலும் கருவுற்று இருக்கும் உன்னைக் கல்யாணம் செய்துகொள்வது எனக்கு என்னவோ போல் இருக்கிறது."

"என்னவோ போல் இருப்பானேன்?" உடல் முழுவதும் பற்றி எரிவது போல் இருந்தது குமுதினிக்கு. வெளியில் மட்டும் சாதாரணமாக இருப்பதற்கு முயன்றுகொண்டிருந்தாள். அறுந்து போகும் வரையில் கயிற்றை இழுப்பதில் அவளுக்கும் விருப்பமில்லை.

சத்யவதியைச் சமாளிப்பது குமுதினிக்கு ரொம்பக் கஷ்டமாகிவிட்டது.

"கருவுற்று இருப்பதாக அவனிடம் சொல்லாமல் இருந்திருக்க வேண்டும்" என்று தாய் அவளை லேசாகக் கடிந்து கொண்டபோது குமுதினி சிரித்துவிட்டுப் பேசாமல் இருந்து விட்டாள்.

"உண்மையிலேயே கருவுற்றிருக்கிறாயா?" கேட்டாள் சத்யவதி.

குமுதினி தாயை இறுக்கமாக அணைத்துக்கொண்டாள். வாய்வார்த்தை எதுவும் பேசவில்லை. சத்யவதி திக்குமுக்காடி விட்டாள்.

"எவ்வளவு சிக்கலில் மாட்டிக்கொண்டுவிட்டிருக்கிறாய் மகளே" என்று அவளைத் தேற்றும் முயற்சியில் இறங்கினாள்.

ஒரு மாதம் கழிந்த பிறகு சந்திரசேகர் வந்தான். "நன்றாக யோசித்து விட்டேன் குமுதினி! எனக்கும் விருப்பம்தான்" என்றான்.

தான் யோசித்துக்கொண்டிருந்ததை எல்லாம் வரிசைப் படுத்திச் சொல்ல முயன்றான். அவன் மேலும் முன்னேறுவது நல்லது இல்லை என்று நினைத்தாள் குமுதினி. தேவையற்ற விஷயங்களைத் தெரிந்துகொள்வதில் ஆர்வம் காட்டுவானேன்?

"நீ எதுவும் சொல்ல வேண்டியதில்லை சந்திரசேகர்!" என்றாள். ராபில்ஸ் சென்டர் தாண்டி முன்னோக்கி நடந்து கொண்டிருந்தார்கள்.

பேச்சை மாற்றிக் கொண்டே "கோமளா விலாசுக்குப் போகலாமா?" என்றான் சந்திரசேகர்.

குமுதினிக்குச் சீக்கிரமாக வீட்டிற்குப் போக வேண்டும் என்று இருந்தது. "நேரம் தாண்டி விட்டது சந்திரசேகர். யூ ஆர் டூ லேட்" என்றாள்.

"உன்னை விட்டு என்னால் இருக்க முடியாது என்று தெரிந்து விட்டது குமுதினி! இந்த ஒரு மாதம் நான் பட்ட வேதனையை, அவஸ்தையை வார்த்தைகளில் சொல்ல முடியாது. என்னை மன்னித்துவிடு" ஹோவென்று அழுதான் சந்திரசேகர்.

"பயன் இல்லை சந்திரசேகர். யூ ஆர் டூ லேட்" என்ற பதிலைத் தவிர வேறு வார்த்தை வரவில்லை குமுதினியிடமிருந்து.

"என்னை மன்னிக்க மாட்டாயா குமுதினி?"

"உன்னை மன்னிப்பதற்கு நான் யார் சந்திரசேகர்? உன்னை நீதான் மன்னித்துக் கொள்ள வேண்டும்."

சத்யவதி மட்டும் "இப்போது என்ன செய்வதாக இருக்கிறாய்?" என்று மகளைக் கேட்டாள்.

"ஒன்றும் செய்ய மாட்டேன். எதுவும் செய்ய வேண்டிய அவசியமும் இல்லை. ஆயிரம் பொய் சொல்லிக் கல்யாணம் பண்ணிவைப்பது பழங்காலத்துப் பேச்சு. ஆனால் ஒரு பொய் சொல்லி மனிதனின் நேர்மையைப் பரிசோதித்துவிட்டேன் இப்போது. அவ்வளவுதான்! இந்த விஷயத்தை இத்துடன் விட்டுவிடு."

"பின்னே உன்னுள் வளரும் சந்திரன்?"

"பொய்யான வலையிலிருந்து நழுவிப் போய்விட்டான். வளரும் சந்திரன் எட்டாத தொலைவில் வானத்திலேயே இருக்க."

நினைவு அலைகள்

பணக்காரனாவதற்கு முக்கியமான மூலச்சூத்திரம் சிக்கனம். இதற்கு நாராயணன்தான் எடுத்துக்காட்டு. அவன் வாழ்க்கையைப் புரிந்துகொள்ள முயன்றால் சுலபமான வழிகள் புலப்படும்.

மனைவி, குழந்தைகள் ஏதாவது கேட்டால் அதை வாங்கித் தராமல், அவர்களுக்கு எது தேவையோ அதை மட்டுமே வாங்கித் தருவது அவன் கொள்கை.

சின்ன வியாபாரத்துடன் தொடங்கிய அவன் வாழ்க்கை இப்போது முக்கிய நகரங்களில் கிளைகளாகப் பரவிக் கிடந்த சூப்பர்மார்கெட்டிற்கு சேர்மன் அன்ட் மேனேஜிங் டைரக்டராக உருப்பெற்றது.

"நாற்பது வருடங்களின் உழைப்பு இது. உடல் முழுவதும் கண்களாக மாற்றிக்கொண்டு வியாபாரத்தை முன்னுக்குக் கொண்டு வந்தேன். எனக்கு எதுவும் வேண்டாம். எல்லாம் மக்களுக்காகத்தான். அவர்கள் கொடுக்கும் பணத்திற்குத் தகுந்த பிரதிபலனை அவர்களுக்கு அளிக்க வேண்டும் என்பதுதான் என் தவிப்பு. லாபம் என்கிறாயா? அது எப்படியும் வரத்தான் போகிறது. இதில் ரகசியம் எதுவும் இல்லை. சரக்கு நாணயமாக இருந்தால் மக்கள் கண்களை மூடிக்கொண்டு நாம் கேட்ட பணத்தை நம் முகத்தில் வீசியெறிவார்கள். பேராசைகொண்டு லாபத்தை அதிகமாக எதிர்பார்த்தால், துக்கச் சாகரத்தில் நாம் மூழ்க வேண்டியதுதான், பேராசை பெரும் நஷ்டம் என்ற பழமொழியைக் கேட்டதில்லையா?" நாராயணன் அடிக்கடி மனைவியிடம் சொல்லிக் கொண்டிருப்பான்.

பத்மஜா கணவன் சொல்லைத் தட்டாமல் காலத்தைக் கழித்துக்கொண்டிருந்தாள். அவளுக்குச் சில விஷயங்களில் அதிருப்தியும் ஏமாற்றமும் இருந்தாலும் மனத்திற்குள் மறைத்து வைத்துக்கொண்டிருந்தாள். தனக்குத் தெரியாத விஷயங்கள் பல இருக்கின்றன என்றும் அது போன்ற விஷயங்களில் கணவன் சொல்படி நடந்துகொண்டால் எந்தக் கவலையும் இல்லாமல் நிம்மதியாக இருக்க முடியும் என்றும் சீக்கிரத்திலேயே உணர்ந்துவிட்டாள். அதுதான் தன்னுடைய நிம்மதியான வாழ்க்கைக்கு ஆதாரம் என்று நினைத்தாள்.

மூன்று மகன்கள், ஒரு மகள் அவர்களுக்கு. எல்லோருக்கும் படிப்பு, வேலை, கல்யாணம் என்று ஆகிவிட்டது. அவரவர் களின் வழியில் சென்று விட்டார்கள். யாரையும் தன்னுடைய வியாபாரத்தில் ஈடுபடுத்தவில்லை நாராயணன். அவர்களுக்கு இதில் நாட்டமில்லை என்று தெரிந்த அடுத்த நிமிடமே அவர்களுடைய விருப்பத்திற்குத் தக்கவிதமாகப் பெரிய படிப்புச் சொல்லிக் கொடுத்து, வாய்ப்புகளைப் பற்றிக்கொண்டு முன் னேறுவதற்கு ஏற்பாடு செய்தான்.

"ஒருத்தனையாவது உன் வியாபாரத்திற்குள் நுழைத்து விடு. உனக்குப் பிறகு இதெல்லாம் என்னவாகும்?" என்று நண்பர்கள் எத்தனையோ பேர் அறிவுரை சொன்னாலும் அவன் தன்னுடைய கருத்தை மாற்றிக்கொள்ளவில்லை.

"இந்த வியாபாரம் என்னுடையது இல்லை. மக்களுடையது" என்றானே ஒழிய ஒருத்தனையும் தன்னிடம் தங்க வைத்துக் கொண்டதில்லை.

மகன்களும் மகள்களும் எவ்வளவு தொலையில் இருந்தால் அன்பு அவ்வளவு நல்லவிதமாக இருக்கும் என்று அவனுக்குத் தெரியும். தினமும் ஒருவர் முகத்தை மற்றவர்கள் பார்த்துக் கொண்டிருந்தால் என்றைக்காவது சண்டை சச்சரவுகள் வராமல் இருக்காது.

பணத்தை அவ்வப்போது குழந்தைகளுக்குக் கொடுத்து விட்டு, தனக்குத் தேவை இருக்கும் வரையில் பயன்படுத்திக் கொண்டு மீதியைச் சேவை நிறுவனங்களுக்குத் தானமாக வழங்குவது அவனுக்குப் பழக்கமாகி விட்டது. மறுபடியும் புதிதாகப் பூஜ்ஜியத்திலிருந்து கணக்கைத் தொடங்குவான். நேற்று வரையில் சம்பாதித்த பணம் எல்லாம் செலவாகி விட வேண்டும். சரக்கு மட்டும்தான் பாலென்ஸ் ஷீட்டில் இருக்க வேண்டும். இதுதான் அவன் கொள்கை.

சொத்துச் சேர்ப்பது, ஒவ்வோர் ஊரிலும் வீடு கட்டுவது போன்றவை அவனுக்குக் கொஞ்சமும் பிடிக்காது. அது மட்டும்

தானா? இருக்கும் ஊரில்கூடச் சொந்தமாக வீடு இல்லாமல் பொழுதைப் போக்கிக்கொண்டிருந்தான். 'பெரிய வீடு எதற்கு? பகல் முழுவதும் எப்படியும் கடை, ஆபீஸ் என்று வெளியில் இருக்கப் போகிறேன். காலையில் இரண்டு மணிநேரம், இரவில் எட்டு மணி நேரம் இருப்பதற்குப் பெரிய வீடு இல்லை என்றால் என்ன? குழந்தைகளின் படிப்பு மற்றும் கல்யாணங்கள் என்று இருந்தபோது எப்படியும் தப்பாது. இப்போது வீட்டில் இருப்பது இரண்டே பேர்தான். பத்மஜாவுக்கு மட்டும் சமையல் அறைத் தொல்லை எதற்கு? சமையலுக்கும் வேலைக்கும் ஆட்கள் போட்டாலும் இந்த வயதில் வேண்டாத வேலைகள் எதற்கு? தினமும் என்ன சமைப்பது என்று மண்டையை உடைத்துக்கொண்டு யோசிப்பதைவிட, நல்ல ஹோட்டலிலிருந்து சாப்பாட்டை வரவழைத்துச் சாப்பிட்டால் உடம்புக்கும் நல்லது. எந்தத் தொல்லையும் இருக்காது.'

குழந்தைகள் அவரவர் வழியில் போன பிறகு நாராயணன் செய்த ஏற்பாடு இது. நல்ல ஹோட்டலில் சூட் ஆஃப் ரூம்ஸ் மாத வாடகைக்கு எடுத்துக் கொண்டான். தினப்படிச் சுத்தம் செய்வது முதல் மெயிண்டெனன்ஸ் எல்லாம் ஹோட்டல்காரர் களின் பொறுப்புத்தான். தமக்கு வேண்டியதைக் கேட்டு வாங்கிக் கொள்ளலாம். பொடென்ஷியல் கஸ்டமர் என்பதால் விலை யிலும் சலுகை இருக்கும். வீடு வாசல், பொறுப்புகள் இவற்றுடன் ஒப்பிட்டால் இந்த ஹோட்டல் குடித்தனம் பொருளாதார ரீதியாகவும் அனுகூலமாக இருப்பதாக நாராயணனுக்குத் தோன்றியது.

"அப்போ எனக்கு என்ன வேலை?" பத்மஜா கேட்டாள்.

"நிம்மதியாக ஓய்வு எடுத்துக்கொள். லேடீஸ் கிளப்புக்குப் போ. புத்தகங்களைப் படி. மனத்திற்கு உற்சாகம் கிடைக்கும். அறுபது வயது வரையில் வீட்டிற்கு வேண்டியவற்றை எல்லாம் செய்துகொண்டு உழைத்து வந்தாய் இல்லையா? இனி இருக்கும் நாட்களை நிம்மதியாகக் கழித்து விடு." நேராகப் பதில் சொன்னான்.

இருந்த வீட்டை வாடகைக்கு விட்டதில் ஹோட்டல் பில்லையும் மீறித் தானதர்மங்களுக்குப் பணம் மிஞ்சியது.

இதெல்லாம் சிக்கனமாக இருந்ததன் விளைவு.

"சிக்கனம் என்றால் கஞ்சத்தனம் இல்லை. உனக்கு வேண்டி யது எதுவாக இருந்தாலும் உடனே ஏற்பாடு செய்துகொள். ஆனால் அது உண்மையிலேயே வேண்டுமா இல்லையா என்ற முடிவை எடுக்கும்போது மட்டும் மூளையைப் பயன்படுத்து."

நாராயணன் சொன்னான் பத்மஜாவிடம். மனம் கீக்கிடமாக இல்லாமல் இருந்தால் வாழ்க்கையில் எந்தப் பிரச்சினையும் இருக்காது. அதுவும் நம் முன் விசாலமாகப் பரந்து கிடக்கும் என்பது அவனுடைய வழி.

வாழ்க்கை நல்லபடியாக கழிந்துகொண்டிருந்தது என்று எடுத்துக்கொள்ள வேண்டும்.

"சதமானம் பவதி! என்று ஆசீர்வாதம் செய்வார்கள் இல்லையா? நாம் ஒன்றும் பணம் கொடுத்து இந்த ஆசிகளைப் பெற்றுக்கொள்ளவில்லையே? சதமானம் என்றால் நூறு ஆண்டு கள் என்று நினைத்து விட்டாயா? இல்லை நூற்று இருபது ஆண்டுகள். மனிதன் ஒழுக்கத்தைக் கடைப்பிடித்து வந்தால் அத்தனை ஆண்டுகள் வாழ்வதற்கு எந்தக் கடவுளுக்கும் ஆட்சேபணையும் இருக்காது. உடல் நலத்தைச் சரியாகக் கவனித்துக்கொள்ளாமல், நல்ல பழக்கங்களைக் கடைப்பிடிக் காமல் உயிருக்கு ஆபத்தை வரவழைத்துக்கொள்வார்கள் சிலர். இந்த பார்முலா தெரிந்துகொள்ளவில்லை என்றால் அடுத்த பிறவியும் இதேபோல் மோசமாகக் கழியும். உயர்ந்த முறையில் வாழ வேண்டும், மற்றவர்களுக்குப் பாரமாக இல்லை" என்பான் நாராயணன்.

பத்மஜாவுக்கு இந்தப் பேச்சுப் புரியாவிட்டாலும், அவற்றின் பரமார்த்தம் தலைக்கு ஏறாவிட்டாலும் அவன் சொன்ன வழியில் வாழ்க்கையை எந்தப் பொறுப்புகளும் ஒட்டமும் இல்லாமல் கழிப்பதற்குப் பழக்கப்பட்டு விட்டாள்.

"இன்று மதியம் உங்களுக்கு ஒரு போன் கால் வந்தது" என்றாள் பத்மஜா

"நான் அந்தச் சமயத்தில் வீட்டில்... அதான் ஹோட்டல் அறையில் ஓய்வாக இருக்கும் நேரம் இல்லையே. யாரோ தெரியாதவர்கள் பண்ணியிருப்பார்கள்."

"தெரியாதவர்கள் இல்லை. உங்களுக்கு நன்றாகத் தெரிந்தவர் கள்தாம். நாற்பது வருடங்களுக்கு முன்னால் உங்களைத் தெரியுமாம். எங்கே இருக்கிறார்கள் என்று தெரிந்துகொண்டு, முடிந்தால் ஒரு முறை சந்திக்க வேண்டும் என்றும் போன் செய்திருக்கிறார்கள்."

"யாராக இருக்கும்? ஆணா பெண்ணா?" கேட்டான் நாராயணன், அந்த வயதிலும் குறும்புடன்.

"ஆணாக இருந்தால் நேராகவே வந்திருப்பார்கள். பெண்ணாக இருப்பதால்தான் அனுமதி கேட்கிறார்கள்" என்றாள் பத்மஜா கொஞ்சமும் தளரவிடாமல்.

“பெயர் என்னவென்று சொன்னாய்?”

“இன்னும் எதுவும் சொல்லவில்லை. நீங்களே சொல்லுங்கள் பார்க்கலாம். சரியா இல்லையா என்று சொல்கிறேன்.”

“என்னால் ஊகிக்க முடியாது என்று உனக்குத் தெரியும் இல்லையா. எப்போதோ நாற்பது வருடங்களுக்கு முன்னால் அறிமுகம் என்று சொல்கிறாய். நேற்று நடந்ததே எனக்கு நினைவு இருக்காது.”

“இப்போது நினைவு இல்லாமல் போவது சகஜம்தான். ஆனால் பழைய விஷயங்கள் மனத்தில் ஆழமாகப் பதிந்து விட்டிருக்கும் இல்லையா? பெயர் சொன்னாலாவது நினைவுக்கு வருமோ என்னவோ. இருந்தாலும் எனக்கு எந்தப் பொறாமையும் இல்லை. பெயர் சொல்லிவிடுகிறேன். கேட்டுக்கொள்ளுங்கள். அனசூயாதேவி. கணவரின் பெயர் கிருஷ்ணதேவராயனாம். அப்படிச் சொன்னால் உங்களுக்குச் சீக்கிரமாக நினைவுக்கு வரும் என்று அவள் சொன்னாள்.”

“அனசூயாதேவி, வைஃப் ஆஃப் கிருஷ்ணதேவராயன்.” ஒரு நிமிடம் யோசனையில் ஆழ்ந்தான் நாராயணன். “நினைவுக்கு வந்துவிட்டது. சின்ன வயதில் எங்க ஊர்தான் அவளுக்கும். இப்போது எங்கே இருக்கிறாளோ? நானும் மறந்து பல வருடங்கள் ஆகிவிட்டன” என்று பெருமூச்சு விட்டான் நாரார்யணன்.

“நானும் நிலைைத்துக்கொண்டுதான் இருக்கிறேன், பெயரைக் கேட்டதும் நீங்க பெருமூச்சு விடுவீங்க என்று. ஆனால் ஒரு நிமிடம் தாமதம்செய்து விட்டீங்க. அதுவும் நடிப்பாக இருக்காது என்று எப்படி நம்புவது?” என்றாள் பத்மஜா பிடிவாதமாக.

“பத்மஜா! இது வேண்டாத வாதம். எனக்குத் தெரிந்த வரையில் சொல்கிறேன். கேட்டுக்கொள். அனசூயாவுக்கும் எங்களுடைய ஊர்தான் என்று சொன்னேன் இல்லையா. நான் அவளைக் கல்யாணம் செய்துகொள்வதாகத்தான் இருந்தேன். ஆனால் அவள் என்னை நெருங்க விடாமல் ஸ்ரீகிருஷ்ணதேவராயனைக் கல்யாணம் பண்ணிக்கொண்டாள். அதைவிட வேறு விசேஷம் எதுவும் இல்லை. நீ பொறாமைப்பட வேண்டிய தேவை அதைவிட இல்லை” என்றான் நாராயணன்.

பத்மஜாவுக்குத் தெரியும் அந்த வார்த்தைகளில் கலப்படம் கொஞ்சம்கூட இல்லை என்றும் தான் முழுவதுமாக நம்பலாம் என்றும். இருந்தாலும் மனத்தில் ஏதோ ஒரு மூலையில் சந்தேகம்! இத்தனை நாட்களும் இருப்பிடம் தெரியாமல் இருந்தவள், நாற்பது வருடங்கள் கழித்து மறுபடியும் ஏன் வருகிறாள்?

பத்மஜா கம்பீரமாக இருந்ததைப் பார்த்துவிட்டு நாராயணன் நயமான குரலில் "என் பேச்சை நம்பு பத்மஜா! இங்கே எந்தக் கல்மிஷமும் இல்லை" என்று தன்னுடைய மார்பைத் தொட்டுக் காட்டினான்.

சற்று நேரம் கழித்துப் பத்மஜா "நாளை மதியம் இரண்டு மணிக்கு வரச் சொல்லியிருக்கிறேன்" என்றாள்.

"மாலை ஆறு மணிக்கு மேல் வரச்சொல்லியிருந்தால் நன்றாக இருந்திருக்கும். மதியம் இரண்டு மணிக்கு நான் கடையில் இருப்பேன் இல்லையா."

"ஏனோ அப்படிச் சொல்லிவிட்டேன். நீங்கள் நாளைக்கு இரண்டு மணிக்கு வந்து விடுங்கள். தேவைப்பட்டால் திரும்பவும் போய்க்கொள்ளலாம்" என்றாள் பத்மஜா. இந்த விஷயத்தை உண்டு இல்லை என்று தெரிந்துகொள்ள வேண்டும் என்று பத்மஜா பிடிவாதமாக இருப்பதை நாராயணன் உணர்ந்து கொண்டான். ஆனால் எதுவும் சொல்லவில்லை.

மறுநாள் மதியம் இரண்டு மணி ஆகும்போது அனசூயா வந்தாள். ஹோட்டல் பையன் அவளைப் பத்மஜாவிடம் ஒப்படைத்துவிட்டுப் போனான்.

பத்மஜா அவளைப் பார்த்ததும் ஒரு நிமிடம் திகைத்துப் போய்விட்டது உண்மைதான். இப்போது அறுபது வயது இருக்கலாம். ஆனாலும் அடிக்க வருவது போல் இருந்தது அவள் அழகு. அந்த நாட்களில் இன்னும் எவ்வளவு அழகாக இருந்திருப்பாள்!

அனசூயா கலகலவென்று பேசத் தொடங்கினாள். "எங்கே நாராயணன்? நான் வருவதாகத் தெரிந்தும் கடைக்குப் போய் விட்டானா? ஆமாம், அவன் அப்படிச் செய்யவில்லை என்றால் தான் ஆச்சரியப்படுவேன். போகட்டும் விடு. உன் விஷயத்தை, குடும்பத்தைப் பற்றிச் சொல்லு" என்று பத்மஜாவைத் துருவித் துருவிக் கேட்டாள்.

"வந்து விடுவார். இன்னும் அரைமணி நேரத்தில் கடை யிலிருந்து வந்து விடுவார். வரவில்லை என்றால் போன் செய்தால் போச்சு. முதலில் நீங்க சாவகாசமாக உட்கார்ந்து கொள்ளுங்கள்." பத்மஜா வேண்டுமென்றே பெரிய மனுஷியைப் போல் உபசரித்தாள்.

பத்மஜாவின் மிடுக்கு அனசூயாவின் கலகலப்பான சுபாவத்தின் முன்னால் பலிக்கவில்லை.

ஸ்ரீவிரிஞ்சி

"நாராயணன் என்னைப் பற்றி உன்னிடம் சொன்னானா இல்லையா? என்ன சொன்னான்?" நேராகக் கேட்டபோது என்ன பதில் சொல்வதென்று தெரியாமல் பத்மஜா திக்கு முக்காடிவிட்டாள்.

"உன்னிடம் எதுவும் சொல்லியிருக்க மாட்டான். வெறும் கோழை! எனக்குத் தெரியாதா என்ன? பத்மஜா! நான் சொல்கிறேன், கேட்டுக்கொள். நாராயணன் என்னைக் கல்யாணம் செய்துகொள்வதாக இருந்தான். ஆனால் நான் சம்மதிக்கவில்லை. ஏற்கெனவே நான் ஸ்ரீகிருஷ்ணதேவராயனை விரும்பினேன். நாராயணன் சொல்லிக்கொண்டுதான் இருந்தான். 'அவன் உனக்கு ஒத்து வரமாட்டான். உன்னால் அவனுடன் சந்தோஷமாக இருக்க முடியாது. உன் வாழ்க்கை துக்கமயமாகிவிடும்' என்று."

பத்மஜா கண்களை அகல விரித்தபடிக் கேட்டுக் கொண்டிருந்தாள்.

"பத்மஜா! நீ நம்புவாயோ மாட்டாயோ. நாராயணன் எனக்குச் செய்த ஹிதோபதேசத்தை அவன் பொறாமையால் சொல்கிறான் என்று நினைத்தேன். எப்படியாவது ஸ்ரீகிருஷ்ண தேவராயனை ஒதுக்கிவிட்டு என்னைக் கல்யாணம் செய்து கொள்வதற்காக ஏதேதோ சொல்கிறான் என்று நினைத்தேன். ஆனால் வாழ்க்கையில் நான் ஏமாந்து விட்டேன். அந்த விஷயத்தைத் தெரிந்துகொள்வதற்குள் காலம் கடந்துவிட்டது. படகு கரைக்கு வந்து சேர முடியாத அளவுக்கு ரொம்பத் தொலைவுக்கு, கடலுக்குள் போய்விட்டது."

'அய்யோ பாவம்!' என்று நினைத்துக்கொண்டிருந்தாள் மனத்தில் பத்மஜா. வெளியில் எப்படி ரியாக்ட் செய்வது என்று தெரியவில்லை. தன்னைவிட நான்கைந்து வயது பெரிய வளாக இருப்பாள். என்னவென்று தேற்றுவது? மனத்திலேயே வார்த்தைகளைக் கூட்டிக்கொண்டிருந்தாள்.

அனசூயா மேலும் சொல்லிக்கொண்டே போனாள். "அவனுடன் பத்து ஆண்டுகள் குடும்பம் நடத்தினேன். கஷ்டமோ சுகமோ இப்போது என்னால் சொல்ல முடியாது. ஆனால் பத்தாண்டு வாழ்க்கையுடன் என் மஞ்சள் குங்குமம் பறிபோய்விட்டது. கெட்ட பழக்கங்கள் அவரைப் பலி வாங்கி விட்டன. தலையெழுத்தை நினைத்து அழுதுகொண்டிருந்து விட்டேன். பிறகு வாழ்க்கையில் எத்தனையோ கஷ்டங்களை அனுபவித்தேன். பகையாளிக்கும் அந்தக் கஷ்டங்கள் வரக் கூடாது. இப்போது நினைத்துப் பார்த்தாலும் எப்படி எதிர்

நீச்சல் போட்டேன் என்று எனக்கே ஆச்சரியமாக இருக்கும். உறவினர் யாரையோ பார்ப்பதற்காக இந்த ஊருக்கு வந்ததும், நாராயணன் இங்கே இருப்பதாகத் தெரியவந்ததும் ஒரு வேடிக்கை தான். திரும்பவும் நாளை ஊருக்குப் போய்விடுவேன். எங்கே நாராயணன்? வரவில்லை பார்த்தாயா? செய்தி சொன்னாயா? வருவதாகச் சொன்னானா?"

பத்மஜா நிமிர்ந்து அவள் முகத்தை நேராகப் பார்த்துக் கொண்டே "அவ்வளவு கஷ்டங்களை ஏன் அனுபவச்சீங்க? கஷ்டங்களில், வேதனையில் இருக்கும்போது நாராயணனின் நினைவு உங்களுக்கு வரவில்லையா?" என்று கேட்டாள். இது ஆறுதலா இல்லை பழிப்பா என்று அவளுக்கே தெரியவில்லை.

"நினைவு இல்லாமல் என்ன? நன்றாகவே நினைவு இருந்தது. ஆனால் எனக்குத்தான் முகம் காட்டும் துணிச்சல் இல்லை எதையும் கேட்பதற்குத் துணியவில்லை. இப்போது எந்த உதவியும் தேவையில்லை என்பதால், குறைந்தபட்சம் இரக்கத்தையும் எதிர்பார்க்கவில்லை என்பதால் தைரியமாக வந்துவிட்டேன்" என்றாள் அனசூயா.

"நீங்கள் இத்தனை நாளும் வராமல் இருந்ததுதான் எனக்குச் செய்த பேருதவி என்று நினைக்கிறேன்" என்றாள் பத்மஜா நிதானமான குரலில்.

வேண்டப்பட்டவன்

லேசாக மழை பெய்துகொண்டிருந்தது.

பயணச்சீட்டுப் பரிசோதகர் வாசல் கேட் வரையில் கொண்டுவிட்டார்.

சதானந்தம் சாலைக்கு வந்து நின்றான். டாக்ஸி காரர்கள், ஆட்டோக்காரர்கள் அவனைச் சூழ்ந்து கொண்டார்கள்.

"வாங்க சார், வாங்க. எங்கே போகணுமோ சொல்லுங்கள்."

"இருபத்தைந்து ரூபாய்தான் சார். காந்தி நகர் அழைத்துப் போகட்டுமா?"

"முதலில் வண்டியில் ஏறுங்கள். சிட்டி எல்லைக்குள் எங்கே இருந்தாலும் சரி."

"ஏர்போர்ட்டுக்கு அழைத்துப் போகணுமா? நூறு ரூபாய் போதும்."

பல விதமாகக் கேட்டுக்கொண்டிருந்தார்கள். விடாமல் தொல்லை கொடுத்தார்கள்.

சதானந்தம் சிலையாய் அவர்களுக்கு நடுவில் நின்று கொண்டிருந்தான்.

"என்னைத் தொந்தரவு செய்யாமல் உங்கள் வழியைப் பார்த்துக்கொண்டு போவதற்கு எவ்வளவு தரவேண்டும்?" என்று ஒவ்வொருத்தனின் குரல் வளையைப் பிடித்துக் கொண்டு கேட்க வேண்டும்போல் இருந்தது. ஆனால்

ரகளை ஆகிவிடும் என்று மௌனமாக இருந்துவிட்டான். அவனிடமிருந்து எந்தப் பதிலும் வராமல் போனதும் எல்லோரும் மற்றொரு பயணியைத் தேடித் தொல்லை கொடுப்பதற்குப் போய்விட்டார்கள்.

தனியாக நின்றுவிட்ட சதானந்தம் நிம்மதியாக மூச்சு விட்டுக்கொண்டான். கையில் ப்ரீப்கேஸ் கனமாக இருப்பது போல் தோன்றியது. கையை மாற்றிக்கொள்ள நினைத்தான். குனிந்து பார்த்தால் ப்ரீப்கேஸ் இருக்கவில்லை. என்னவாகி யிருக்கும்?

யோசித்துப் பார்த்தபோது ஒரு விஷயம் நினைவுக்கு வந்தது. நான்கு ஸ்டேஷன்களுக்கு முன்னால் ஒரு ஆள் இறங்கிப் போய்விட்டான். போகும்போது ப்ரீப்கேஸைக் கையில் பிடித்துக்கொண்டு போனான். தவறுதலாக இருக்கும் என்று நினைப்பதற்கு வழி இல்லை. அவனுடைய ப்ரீப்கேஸை இங்கே விட்டுவிட்டுப் போகவில்லை என்பதால் வேண்டுமேன்றே செய்திருப்பான்.

பைத்தியக்காரன்! அரைமணி நேரம் விடாமல் பேசித் தொல்லை கொடுத்துவிட்டான். உலக ஞானம் முழுவதும் தன் ஒருத்தனுக்கு மட்டும்தான் சொந்தம் என்பதுபோல் வாக்குச் சாதுரியத்தையும் ஜோடித்துச் சொல்லிக்கொண்டே இருந்தான். சொல்லப் போனால் அவன் இறங்கிப் போனது தன் மனத்திற்கு நிம்மதியாகவும் இருந்தது.

கடைசியில் என்னவாயிற்று? டிக்கெட் பரிசோதகர் வந்தார். ப்ரீப்கேஸைத் திறந்து டிக்கெட்டை எடுத்து அவரிடம் காண் பிக்கும் எண்ணத்துடன் திரும்பிப் பார்த்தபோதுதான் அந்தப் பொருள் மாயமாகிவிட்டிருப்பது கவனத்திற்கு வந்தது.

பரிசோதகர் தான் சொன்ன கதையை நம்பவில்லை. அவர் நம்பினால் என்ன, நம்பாவிட்டால்தான் என்ன? என்று கவலைப்படாமல் இருக்க முடியவில்லை. ப்ரீப்கேஸை, டிக்கெட் விஷயம் இருக்கட்டும்.

தன்னுடைய பெயர் என்னவென்றோ, தான் எங்கே போகிறோம் என்றோ எதுவும் நினைவுக்கு வரவில்லை. அந்தப் பிரமிப்பில் பரிசோதகர் முன்னால் ஏமாற்றுப் பேர்வழியாக எஞ்சியிருந்துவிட்டான். என்ன சொன்னாலும் ஜோடித்துச் சொல்வதுபோல் இருந்ததே தவிர எதிராளிக்கு நம்பிக்கை ஏற்படும் விதமாக இருக்கவில்லை.

ஸ்ரீவிரிஞ்சி

கடைசியில் சலிப்படைந்த பரிசோதகர் சொன்னார். “அய்யா! டிக்கெட் இல்லாமல் முதல் வகுப்பில் பயணம் செய்வது மாபெரும் குற்றம். மேலும் உங்களால் தகுந்த காரணம் சொல்ல முடியவில்லை. பார்த்தும் பார்க்காதது போல் விட்டு விடலாம் என்றால், இந்த ரயிலில் பிளையிங் ஸ்குவாட் வருவார்கள். அநியாயமாக என் வேலை பறிபோய் விடும். அதனால் அடுத்த ஸ்டேஷனில் ரயிலை விட்டு இறங்கி விடுங்கள். இன்னொரு பெட்டியில் ஏறிக்கொள்வீர்களோ, ஊருக்குள் போவீர்களோ உங்கள் விருப்பம். இந்தப் பெட்டியில் மட்டும் இருப்பதற்கு அனுமதிக்க முடியாது” என்று சொன்ன துடன் செய்தும் காட்டினார்.

சதானந்தத்திற்கு இன்னொரு பெட்டியில் ஏறிக்கொள்வது உசிதம் என்று தோன்றவில்லை. ஊருக்குள் போய்ப் பார்ப்போம் என்று நினைத்தான். சாலைக்கு வந்த பிறகு எங்கே போவது என்ற கேள்வி முழுவதுமாக எழும் முன்பே ஆட்டோக்காரர் களும் டாக்ஸிக்காரர்களும் வெந்த புண்ணில் வேலைப் பாய்ச்சி விட்டார்கள்.

சாலையில் பத்தடி நடந்தானோ இல்லையோ பின்னா லிருந்து யாரோ “கமலாகர் அண்ணா!” பெண்ணின் குரல் கொடுப்பது கேட்டது.

தன்னுடைய பெயர் கமலாகர் இல்லை என்பதால் திரும்பிப் பார்க்கவில்லை.

திரும்பவும் அதே குரல், அழைப்பு இருமுறை கேட்டது. பிறகு தோளின் மீது கை படிந்து மெல்லமாக அவன் கையைப் பற்றிக்கொண்டது.

“கூப்பிட்டாலும் பதில் சொல்லாமல் போய்க்கொண்டிருக் கிறாயே அண்ணா?” என்றாள் அந்தப் பெண்.

சதானந்தம் அந்தப் பெண்ணை ஏறயிறங்கப் பார்த்தான். முப்பது வயதுக்குள் இருக்கும்.

“நான் ... நான் வத்சலா அண்ணா! என்னை அடையாளம் தெரியவில்லையா?” கையை மேலும் இறுக்கிப் பிடித்துக் கொண்டே கேட்டாள் அவள்.

“யார் நீங்க? எனக்குத் தெரியவில்லை.” முணுமுணுத்தாற் போல் சொன்னான் அவன்.

அவள் விழிகளில் நீர் சுழன்றது. முகத்தைத் திருப்பிக் கொண்டவள் “வா அண்ணா! பிறகு பேசிக்கொள்ளலாம்”

என்று அவனைச் சாலையில் ஓரமாக நிறுத்தி வைக்கப்பட்டிருந்த கார் பக்கம் ஏறக்குறைய தள்ளிக்கொண்டு போனாள். டிரைவிங் இருக்கையில் உட்கார்ந்தவள் பக்கத்தில் பார்த்துக்கொண்டே "கடிதம்கூட எழுதவில்லையே அண்ணா! உங்கள் அத்தான் இந்த ரயிலுக்குப் பம்பாய்க்குப் போகிறார். ட்ராப் செய்வதற்காக வந்தேன். நாளை மாலையில் வந்து விடுவார்" என்றாள்.

அவளுக்கு எத்தனையோ கேள்விகள் இருந்தன. எல்லாவற்றையும் கேட்டுவிட வேண்டும் என்ற அவசரமும் இருந்தது. ஆனால் எதிரில் இருப்பவன் வாய் திறந்து பேசவே மாட்டேன் என்கிறான். இருந்தாலும் தான் அவசரப்படக்கூடாது. நிதானமாக எல்லாம் தெரியவரும். வீட்டுக்கு வந்த பிறகு டிராயிங் ரூமைச் சதானந்தம் பரிசீலிப்பது போல் பார்த்தான்.

"என்ன புதிதாகப் பார்க்கிறாயே? மூன்று வருடங்களுக்கு முன்னால் எப்படி இருந்ததோ இப்பவும் அதேபோல்தான் இருக்கிறது. இதோ நீ கொடுத்த கலர் டிவி, டு இன் ஒன். நீ எங்கே வைத்தாயோ அதே இடத்தில் அப்படியே இருக்கிறது. நான் ஒரு இஞ்ச்கூட நகர்த்தவில்லை" என்றாள் அவள்.

காபி குடித்த பிறகு தொடங்கிவைப்பதுபோல் கேட்டாள் வத்சலா. "சொல்லு அண்ணா! இந்த மூன்று வருடங்களும் எங்கே இருந்தாய்? ஒரு கடிதம்கூட எழுதவில்லையே? நாங்கள் எல்லோரும் என்னவாகி விட்டோம் என்று நினைத்தாய்? என்னவாகி விடுவோம் என்று தெரியாதா உனக்கு?"

"என் பெயர் கமலாகர் இல்லை."

நம்பாதவள்போல் சிரித்தாள் வத்சலா. ஆனால் எதுவும் பேசவில்லை. "சரி. குளித்துவிட்டு ஓய்வெடுத்துக்கொள் இன்று முழுவதும். நாளை அத்தான் வந்த பிறகு பார்த்துக்கொள்ளலாம்" என்று அவனை விருந்தாளியின் அறையில் தங்க வைத்தாள்.

கமலாகர் இல்லை என்று சொன்னபோதும், இங்கிருந்து போய் விடுவதற்கு எந்தத் தவிப்பும் காட்டாதது வத்சலாவுக்குத் தைரியமாக இருந்தது. இன்னும் கோபத்தில் இருக்கிறான். அதுதான் இப்படிப் பேசுகிறான். நான்கு நாட்கள் போனால் எல்லாம் சரியாகிவிடும் என்று தனக்குத் தானே சமாதானம் சொல்லிக்கொண்டாள்.

மதியம் உணவின்போது சாப்பிடுவதற்குத் தவிர சதானந்தம் வேறு எதற்கும் வாயைத் திறக்கவில்லை. வத்சலா கேள்விகள் கேட்டுக்கொண்டிருந்தாள். அவன் பதில் சொல்வதற்கு எந்த

முயற்சியும் செய்யவில்லை. அவள் அவன் அசைவுகளையே கவனித்துக் கொண்டிருந்தாள். பேச்சில் சிக்காவிட்டால்தான் என்ன? அந்த நடை, பாவனை, தோற்றம் எல்லாம் கமலாகர் அண்ணனேதான். கொஞ்சமும் சந்தேகம் இல்லை.

இந்த மனிதன் கமலாகர் இல்லை என்பதற்கு ஒரு காரணம் கூட அவளுக்குத் தெரியவில்லை. மூன்று வருடங்களாக எவ்வளவு வேதனையை அனுபவித்தார்கள் இவனுக்காக! சொல்லாமல் கொள்ளாமல் எப்படி மாயமானானோ அதே போல் திடீரென்று வானத்திலிருந்து குதித்ததுபோல் இன்று சாலையில் காட்சியளித்தான்.

இதெல்லாம் தன்னுடைய அதிர்ஷ்டம்தான். அந்த நேரத்தில் காரில் அந்தச் சாலையில் போக வேண்டியிருந்தது தெய்வச் சங்கல்பம். இல்லாவிட்டால் வேறு என்ன? இவனை எப்படியாவது பேசவைத்து ஒரு வாரம், பத்து நாட்களுக்குள் அண்ணியிடம் க்ஷேமமாக ஒப்படைக்க முடிந்தால் அதைவிட இந்த ஜென்மத்தில் தனக்கு வேண்டியது எதுவும் இல்லை என்று நினைத்தாள் வத்சலா. அண்ணி எவ்வளவு சந்தோஷப் படுவாள்! அந்தக் குடும்பத்தில் மறுபடியும் சந்தோஷம் பூவாய் மலரும். இலையாய்க் கிளையாய்த் துளிர்க்கும்.

இரவு நேரத்தில் சாப்பிடும்போது கேட்டாள் வத்சலா. "இருந்தாலும் இப்படிச் சொல்லாமல் எங்கே போய்விட்டாய் அண்ணா? எனக்காவது ஒரு போன்கால்... கடிதம்..."

சதானந்தம் நிமிர்ந்து அவள் பக்கம் பார்த்தான்.

அதே பார்வை! கமலாகர் அண்ணனேதான்! இல்லை என்று எவ்வளவு சொன்னாலும் நான் நம்பவே மாட்டேன் என்று நினைத்துக்கொண்டாள் வத்சலா.

அவன் முகத்தில் எரிச்சல் இல்லை. பயமும் இல்லை. எந்தவிதமான வேதனையும் இருக்கவில்லை. முற்றுந் துறந்த முனிவர் போல் இருந்தான் அவன்.

"ரமேஷ் இப்போது பத்தாம் வகுப்புக்கு வந்துவிட்டான் அண்ணா! உனக்குத் தெரியுமா?" அவனுக்குத் தெரியாது என்று கச்சிதமாகத் தெரிந்தாலும் கேட்டாள் வத்சலா.

ரமேஷ் யார் என்பதுபோல் பார்க்கிறான் என்று ஊகித்துக் கொண்டு "என் மருமகன்! உன் மகன்... அடுத்த வருடம் கல்லூரியில் சேர்ந்துவிடுவான்" என்றாள். எனக்குக் கல்லூரியில்

படிக்கப்போகும் வயதில் மகன் இருக்கிறான். அப்போ தன் வயது எவ்வளவாக இருக்கும் என்று நினைத்துக்கொண்டான் சதானந்தம்.

வத்சலாவுக்கு முப்பது வயது என்று வைத்துக்கொண்டால், தான் அவளுக்கு அண்ணன் என்றால் தனக்கு முப்பத்தைந்து வயது ஆகியிருந்தாலும் ஆச்சரியப்பட வேண்டியதில்லை. ஆனால் . . . ஆனால் இந்த வத்சலா யார்? தனக்குத் தெரியாது. ஏதோ பிரியமாக வீட்டுக்கு அழைத்து வந்தாள். ஒரு பெண்ணின் சந்தோஷத்தைப் பாழடிப்பானேன் என்று தானும் வாயை மூடிக்கொண்டு உட்கார்ந்திருக்கிறான்.

இந்த வத்சலா யாரெனத் தெரியவில்லை. தனக்குத் தங்கை என்று அவள் நினைக்கிறாள். அவளுக்குக் குழந்தைகள் இருக்கிறார்களா?

கேட்போமா என்று நினைத்தான் சதானந்தம். உடனே தோன்றியது. அந்த விஷயம் தெரிந்துகொள்வது அவசியம் என்று கருதினால் அவளே சொல்லுவாள். எதற்காக அனா வசியமாக ஆர்வம்காட்ட வேண்டும்?

மறுநாள் வழக்கம்போல் சாதாரணமாகக் கழிந்து கொண்டிருந்தது.

ப்ரேக் பாஸ்ட்! பேப்பர் ரீடிங். கிராஸ்வர்ட் பேப்பரை மடித்துத் தன் முன்னால் போட்டாள் வத்சலா. ஒரு பால் பாயிண்ட் பேனாவையும் கொடுத்தாள். “உனக்குக் காலை வேளையில் இதை சால்வ் செய்வது பழக்கம் இல்லையா?”

சதானந்தம் க்ளூஸைப் பார்த்தபடி உட்கார்ந்திருந்தான். பேப்பரில் பேனாவை வைக்கவில்லை.

மதியம் சாப்பிட்ட பிறகு ஓய்வு நேரத்தில் கேட்டாள். “போகட்டும். சினிமா ஏதாவது பார்ப்போமா? முந்தாநாள் தான் புதிதாகக் கேசட் ஒன்று கொண்டுவந்தேன்.”

வேண்டாம் வேண்டாம் என்பது போல் தலையை அசைத் தான். சத்தங்களைக் கேட்பதைவிடக் கண்களை மூடிக்கொண்டு படுத்திருப்பது நல்லது இல்லையா?

நான்கைந்து புத்தகங்களையும் பத்திரிகைகளையும் கொண்டு டீப்பாய்மீது போட்டாள்.

புத்தகங்களில் மட்டும் புதிதாக என்ன விஷயம் இருக்கப் போகிறது? வாழ்க்கைப் புத்தகத்தைவிட வேறு பெரிய காப்பியம் என்ன இருக்க முடியும்?

யோசனைகள் வராமல் இல்லை. ஏதோ எண்ணங்கள் மனத்தை அலைக்கழித்துக் கொண்டுதான் இருந்தன. வேண்டிய சமாச்சாரம் மட்டும் கிடைக்கவில்லை.

இரவு முழுவதும் நன்றாக உறங்கிவிட்டான். மனத்தில் எந்தச் சுருக்கங்களும் இருக்கவில்லை. நீட்டாக இஸ்திரி செய்த அங்கவஸ்திரத்தைப் போல் விசாலமாகப் படர்ந்து இருந்தது.

மூன்றாவது நாள் காலை வேளை... பிரேக் பாஸ்ட் மேஜையின் முன்னால் இன்னொரு நபர் புதிதாகத் தென் பட்டான்.

வத்சலா அவனிடம் கேட்டாள் “என்னங்க! பார்த்தீர்களா? இவன் யாரென்று சொல்ல முடியுமா?”

“ஓ... கமலாகர்! எப்பொழுது வந்தாய்?” என்றான் சந்தோஷ மாகக் கையை முன்னால் நீட்டிக்கொண்டே.

சதானந்தம் அந்தக் கையைப் பற்று இல்லாமல் பற்றிக் கொண்டே “என் பெயர் கமலாகர் இல்லை” என்றான்.

“உனக்குப் பெசரட் என்றால் இன்னமும் இஷ்டம் தானே?” என்றாள் இரண்டாவது டிஷ்ஷை அவன் பக்கம் நகர்த்திக் கொண்டே.

இஷ்டம்! இஷ்டம் என்றால் என்ன? யோசனை தொடங்கி விட்டது சதானந்தத்திற்கு.

“இஷ்டங்கள் மாறிக்கொண்டே இருக்கும் வயதுடன்” என்றான் அந்த மூன்றாவது ஆள்.

ஒருக்கால் வத்சலாவின் கணவனாக இருக்கும். எதுவும் சொல்லாமல் மௌனமாக இருந்துவிட்டான் சதானந்தம்.

அன்று மாலை வத்சலா உற்சாகத்துடன் காரை ஓட்டிக் கொண்டிருந்தாள். பக்கத்தில் அவள் கணவன் உட்கார்ந்திருந் தான். சதானந்தம் பின் இருக்கையில் அமர்ந்திருந்தான்.

“கிளம்புவோமா அண்ணா?” என்று கேட்டாள் வத்சலா, கைக் கடியாரத்தைப் பார்த்துக்கொண்டே.

“உன் விருப்பம்” என்றான் சதானந்தம்.

முதல்நாளே வத்சலா போன்செய்து அண்ணியிடம் தெரிவித்துவிட்டாள், அண்ணனை அழைத்து வரப் போவதாக.

இப்போது அவர்கள் மூன்று பேரும்...

கமலாகரின் மனைவி, மகன் மற்றும் தாய்... எதிர்பார்த்துக் கொண்டிருப்பார்கள். இன்னும் ஒரு மணி நேரத்தில் அவர்கள் முன்னால் போய் நிற்கப் போகிறோம் என்று நினைத்துக் கொண்டாள் வத்சலா.

கமலாகரிடம் இதையெல்லாம் சொல்ல வேண்டிய தேவையில்லை. வீட்டிற்குப் போன பிறகு அவன் எப்படி நடந்து கொள்வான் என்று ஊகித்தபடி வத்சலா காரை ஓட்டிக் கொண்டிருந்தாள்.

"நான் கமலாகர் இல்லை. என் பெயரே எனக்கு நினைவு இல்லை. நான் யார் என்று எனக்கே தெரியாது" என்று மனத்தில் திரும்பத் திரும்பச் சொல்லிக்கொண்டிருந்தான்.

வெளியில் மட்டும் அவனால் எதுவும் பேச முடியவில்லை.

அவர்கள் கிளம்பும்போதும் லேசாக மழை பெய்து கொண்டிருந்தது.

அர்த்தம்

ரங்கநாதனுக்கு ஏற்கெனவே கூச்சம் அதிகம். வியாபாரத்திற்கு லாயக்கு இல்லை. ஆனாலும் வேறு வழியில்லை என்பதால் பிரிண்டிங் பிரஸ் பொறுப்பை ஏற்றுக்கொள்ள வேண்டியதாயிற்று. பிரஸ் அவனுடைய மாமனாருடையது. அவருக்கு ஒரே மகள். அவர் பர லோகத்திற்குப் பயணமாகிவிட்டதால் பிரஸ்ஸைத் திறமை யாக நடத்துவதற்கு ஆள் தேவைப்பட்டான். வேலைக் காரர்களும் ஊழியர்களும் இருப்பார்கள் என்றாலும் முதலாளி என்ற முறையில் தான் பிரஸ்ஸில் உட்கார்ந்து கொள்ளவில்லை என்றால் வேலைகள் நடக்காது.

உண்மையில் ரங்கநாதனைவிட அவன் மனைவிக்குச் சாமர்த்தியம் அதிகம். தந்தையின் ஆளுமையில் வியா பாரத்தைப் பற்றிய நெளிவு சுளிவுகளைக் கற்றுக் கொண்டாள். கணவனைப் பிரிண்டிங் பிரஸ்ஸை நிர்வாகம் செய்யச் சொல்லியும் சமயத்திற்குத் தக்கபடித் தானும் உதவி செய்வதாகவும் வாக்குக் கொடுத்தாள்.

ஆறுமாதங்கள் கழிந்த பிறகு கணக்கைப் பார்த்தால் சூழ்நிலை எதுவும் அனுகூலமாக இருப்பதாகத் தெரிய வில்லை. இப்படியே நீடித்தால் பிரஸ் மூடுவதற்கு நிறைய மாதங்கள் தேவைப்படாது.

"நேர்மையாக இருப்பது நல்லதுதான். இல்லை என்று சொல்லவில்லை. ஆனால் நேர்மை ஒன்றே நம் வயிற்றை நிரப்பாது இல்லையா?" என்றாள் கமலா.

"என்னை என்ன செய்யச் சொல்கிறாய்? இந்தக் கணக்கு வழக்குகள் எல்லாம் எனக்குத் தெரியாது என்று முன்பே சொல்லிவிட்டேன்."

“கணக்கு வழக்குகளில் என்ன இருக்கிறது? நம் மூளையில் தான் இருக்க வேண்டும். என் பேச்சைக் கேட்டு அடுத்த வாரம் டெண்டர்களைத் திறக்கும் கோவிந்தராஜனைக் கொஞ்சம் நம் பக்கம் ஈர்த்துக்கொள்ளுங்கள்” என்றாள் கமலா.

ஈர்த்துக்கொள்வது என்றால் நாலைந்துமுறை அவர்கள் வீட்டைச் சுற்றி வருவது, அவர்களைச் சாப்பிட அழைப்பது, கவரில் கரென்சி நோட்டுகளை வைத்துக் கொடுப்பது! ரங்க நாதனுக்கு இவை எவற்றிலும் விருப்பம் இல்லை. டெண்டர் போட்டிருக்கிறோம். வந்தால் வேலை செய்வோம். இல்லா விட்டால் இல்லை என்பான்.

“எப்போதும் கை கட்டிக்கொண்டு உட்கார்ந்திருந்தால் மண்ணோடு மண்ணாகப் போக வேண்டியதுதான்” என்பாள் கமலா.

எப்படியோ கோவிந்தராஜனைப் போய்ப் பார்த்தான் ரங்கநாதன். அவர் மரியாதையுடன் பேசினார். “ஆகட்டும் பார்க்கலாம். டெண்டர் ஓப்பன்செய்ய விடுங்கள்” என்றார்.

இந்தச் சமாச்சாரத்தைக் கேட்ட பிறகு கமலாவால் சும்மா இருக்க முடியவில்லை. “மொத்தம் ஒரு லட்சத்து ஐம்பதாயிரம் சம்பந்தப்பட்ட வேலை. இந்த ஆர்டர் மட்டும் கிடைத்துவிட்டால் குறைந்தது ஐம்பதாயிரமாவது மிஞ்சும் என்று சொன்னீர்கள் இல்லையா? இன்னும் பார்த்துக்கொண்டு சும்மா உட்கார்ந்து இருக்கிறீர்களே?” என்று ரங்கநாதனை அவசரப்படுத்தினாள்.

“இன்னும் என்ன செய்யச் சொல்கிறாய்?” என்றான் ரங்கநாதன் அப்பாவியாய்ப் ப்ார்த்துக்கொண்டே.

“கோவிந்தராஜனை, அவர் மனைவியை நம் வீட்டுக்குச் சாப்பிட அழைப்போம், நாளை ஞாயிற்றுக்கிழமை” என்றாள் கமலா.

அதில் எந்த ஆபத்தும் இருப்பதாகத் தெரியவில்லை ரங்கநாதனுக்கு. தம்பதிகள் இருவரும் போய் அழைத்துவிட்டு வந்தார்கள்.

“அப்படியே ஆகட்டும். கட்டாயம் வருகிறோம்” என்றார்கள் கோவிந்தராஜனும் அவர் மனைவி சகுந்தலாதேவியும்.

சொன்னபடி வரவும் செய்தார்கள்.

‘கோவிந்தராஜன் கூப்பிட்டதுமே வந்தது நம் அதிர்ஷ்டம். பாதிக் காரியம் முடிந்தாற்போல்தான்’ என்று மனத்திலேயே சந்தோஷமடைந்தாள் கமலா.

சகுந்தலாவும் கமலாவும் ரொம்ப நேரம் பேசிக்கொண்டிருந்தார்கள். சாப்பாடு முடிந்த பிறகு அவர்கள் இருவரும் கிளம்பிச் சென்றுவிட்டார்கள். சாவகாசமாக ரங்கநாதனிடம் கேட்டாள் கமலா "என்ன சொன்னார் அவர்?" என்று.

"எந்த விஷயம்?"

"அடியைப் பிடிடா பாரத பட்டா என்பது போல் இருக்கு உங்கள் விஷயம். அதுதான் நம் டெண்டர் விஷயம்" என்று தலையில் அடித்துக்கொண்டாள் கமலா.

"அந்த விஷயத்தை நான் பேசவில்லை. ஒரு மணிநேரம் ஊர்க் கதைகள் பேசிக்கொண்டிருந்துவிட்டோம் ஒரு மணி நேரம்" என்றான் ரங்கநாதன்.

கமலாவுக்கு என்ன சொல்வது என்று தெரியவில்லை. அதிகம் எரிச்சலைக் காட்டிக்கொண்டாலும் ரங்கநாதன் "எனக்கு எதுவும் தெரியாது. இந்தப் புதைகுழியில் நீதான் என்னை இறக்கிவிட்டாய். நான் இனிமேல் இந்தப் பிரஸ் விஷயங்களைக் கவனித்துக்கொள்ளப் போவதில்லை" என்று சாவிக்கொத்தை எடுத்துத் தன் முகத்தில் வீசிவிடுவான் என்று பயம்.

மறுநாள் ரங்கநாதனை அழைத்துக்கொண்டு கமலா கோவிந்தராஜனின் வீட்டுக்குப் போனாள்.

அவர் வீட்டில் இல்லை. அவர் மனைவி சகுந்தலா கதவைத் திறந்ததும் முகத்தில் சிரிப்பை வரவழைத்துக்கொண்டு கணவ ருடைய ஆபீஸ் அறையில் உட்கார வைத்தாள்.

பரஸ்பரம் குசலம் விசாரித்துக்கொண்டார்கள். யதேச்சை யாக என்பதுபோல் பைல் ஒன்றை எடுத்து ரங்கநாதன் முன்னால் போட்டாள் சகுந்தலா.

"தென்னாட்டு வரலாறு – பதிப்பதற்கான டெண்டர்கள்" என்று பைலின் மீது எழுதியிருந்தது.

ரங்கநாதனின் கண்கள் பளிச்சிட்டன. தான் கொடேஷன் அனுப்பியது இந்த விஷயமாகத்தான்.

கமலா அவன் முகத்தில் தென்பட்ட உற்சாகத்தைக் கவனித்துக் கொஞ்சம் நிம்மதி அடைந்தாள். 'பைலை எடுத்துப் பாருங்கள் பரவாயில்லை' என்பதுபோல் ஜாடை காட்டினாள். ஆனாலும் ரங்கநாதனுக்குச் சங்கடமாக இருந்தது.

சகுந்தலாதேவி ஏதோ வேலையிருப்பதாக உள்ளே சென்றுவிட்டாள்.

"அந்த பைலைப் பார்க்கச் சொல்வதுதான் அவள் உத்தேசம். அதனால்தான் உங்கள் முன்னால் தள்ளிவிட்டாள். பாருங்கள் என்ன இருக்கிறது என்று" என்று கமலா அவசரப்படுத்தினாள்.

சகுந்தலாதேவிதான் எதிரே இல்லையே, பரவாயில்லை என்ற துணிச்சலில் பைலைப் புரட்டினான்.

தென்னாட்டு வரலாறு என்ற பெரிய புத்தகத்தைப் பதிப்பதற்கு டெண்டருக்கான விளம்பரம் தென்பட்டது. பிறகு வெவ்வேறு பதிப்பாளர்களிடமிருந்து வந்த டெண்டர்கள் வரிசையாக அடுக்கியிருந்தன. அதிகம் சிரமப்படத் தேவை யில்லாமல் எல்லாக் கொடேஷன்களையும் ஒரே காகிதத்தில் எழுதியிருந்த கம்பாரிடிவ் ஸ்டேட்மெண்ட் தென்பட்டது ரங்கநாதனுக்கு. அதில் தன்னுடைய பிரஸ்ஸிற்கு எதிரேதான் கோட் செய்த எண் இருந்தது. ரிமார்க் காலத்தில் இதுதான் எல்லாவற்றையும்விடக் குறைந்த கொடேஷன் என்று எழுதி யிருந்தது.

ரிமார்க்கைப் பார்த்ததும் ரங்கநாதனுக்கு உற்சாகம் வந்தது. இந்த ஆர்டர் கட்டாயம் தங்களுக்குத்தான் கிடைக்கும்.

'எவ்வளவு குறைவாக நினைத்தாலும் ஐம்பதாயிரம் லாபம் கைக்குக் கிடைத்துவிடும். கடந்த வருடத்தில் வந்த நஷ்டத்தை அடைப்பதுடன், புதிதாக நஷ்டம் வராமல் கவனமாக இருக்கலாம்' என்று நினைத்தான் ரங்கநாதன்.

சகுந்தலாதேவி திரும்பி வந்தாள். காபி அருந்திய பிறகு விடைபெற்றுக்கொள்ளலாம் என்று நினைக்கும்போது அவள் சொன்னாள். "என் கணவர் உங்க டெண்டர் பற்றிச் சொல்லிக் கொண்டிருந்தார். எனக்கு விவரங்கள் அதிகமாகத் தெரியாது என்றாலும்..." என்று பாதியிலேயே நிறுத்திவிட்டாள்.

கமலா, ரங்கநாதன் திரும்பவும் உட்கார்ந்துகொண்டார்கள்.

"கோவிந்தராஜன் பிராமிஸ் செய்திருந்தார், இந்த டெண்டர் எங்களுக்குக் கொடுப்பதாக" என்றாள் கமலா, "நீங்களும் சொல்லுங்களேன்" என்று ரங்கநாதனை முழங்கையால் இடித்தாள்.

"ஆமாம். நானும் அவரைச் சந்தித்தேன்."

சகுந்தலாதேவி உடனே பிடித்துக்கொண்டுவிட்டாள். "அவரும் உங்களுக்குத்தான் தர வேண்டும் என்று நினைக்கிறார். ஆனால் இதில் ஒரு சின்ன சிக்கல் இருக்கிறது" என்றாள்.

"என்ன சிக்கல்?"

"புத்தகங்களைப் பதிப்பதில் முன் அனுபவம் இருப்பவர்களுக்கு மட்டுமே இந்த வேலையை அலாட் செய்ய வேண்டும் என்று போர்ட் ஆஃப் டைரக்டர்கள் முடிவு செய்திருக்கிறார்கள். அதான் கோவிந்தராஜன் தயங்கிக் கொண்டிருக்கிறார்."

"சந்தேகமே வேண்டியதில்லை. எங்களுக்கு ஐம்பது வருடங்கள் அனுபவம் இருக்கிறது. எங்க மாமனாரின் காலத்தில் புத்தகங்களைப் பதிப்பதைத் தவிர எங்கள் பிரஸ்ஸில் வேறு எந்த வேலையும் செய்ததில்லை" என்றான் ரங்கநாதன், இது ஒரு ஆட்சேபணையாக இருக்காது என்று கச்சிதமாகத் தெரிந்திருப்பதால்.

"அந்த விஷயத்தை நீங்கள் கொடேஷனில் குறிப்பிட வில்லையாமே?"

"உலகத்திற்கே தெரிந்த விஷயம் என்பதால் தனியாக எழுதவில்லை என்பது வாஸ்தவம்தான். வேண்டுமென்றால் இதற்கு முன்னால் பதித்த புத்தகங்களை மாதிரிக்கு நாளையே அனுப்பிவைக்கிறேன்."

"அப்படி என்றால் பரவாயில்லை என்று நினைக்கிறேன்."

கமலா இனியும் சும்மாயிருந்தால் நன்றாக இருக்காது என்று "நீங்க எப்படியாவது அவரிடம் சொல்லி இந்த வேலை என் கணவருக்கே கிடைக்கும்படியாகச் செய்வீர்கள் என்று நம்புகிறேன். நீங்க கட்டாயம் இந்த உதவியைச் செய்து தர வேண்டும்" என்றாள்.

"அதை விடவா... ஆனால் ஒரு சிறிய சிக்கல் இருக்கிறது" என்று நடுவில் நிறுத்திவிட்டாள், யோசித்துக்கொண்டிருப்பது போல்.

There is a slip between lip and cup என்னும் ஆங்கிலப் பழமொழி நினைவுக்கு வந்தது.

"என்னவென்று சொல்லுங்கள். முடிந்தால் சரி செய்யப் பார்க்கிறேன்" என்றான். நாம் எவ்வளவு தவித்தாலும் பிராப்தம் இருந்தால்தான் காரியங்கள் நடக்கும். இல்லாவிட்டால் நடக்காது என்று ரங்கநாதனுக்கு நன்றாகத் தெரியும்.

சகுந்தலாதேவி நிதானமாகத் தொடங்கினாள். "நீங்கள் கோட் செய்த விலைக்கும் உங்களுக்கு அடுத்ததாகச் சொல்லப் பட்ட விலைக்கும் வித்தியாசம் ரொம்ப இருக்கிறது."

என்ன சொல்ல வருகிறாள் என்று ரங்கநாதனுக்கு விளங்க வில்லை. தான் குறிப்பிட்ட விலை எல்லாவற்றையும்விடக் குறைவு என்று பைலில் எழுதியிருந்ததைத் தன் கண்ணாலேயே பார்த்தான். இன்னும் சிக்கல் என்ன இருக்க முடியும் என்று அவன் மூளைக்கு எட்டவில்லை.

கமலாவின் கண்களில் தென்பட்ட சுறுசுறுப்பைப் பார்த்து விட்டு மௌனமாகிவிட்டான்.

"ஊம், சொல்லுங்கள்" என்றாள் கமலா.

"நீங்க ஒரு லட்சத்து ஐம்பதாயிரம் கோட் செய்திருக்கீங்க. இன்னொரு கம்பெனி லட்சத்து எழுபத்தைந்தாயிரம் கோட் செய்திருக்கிறார்கள். இருபத்தையாயிரம் வித்தியாசம்."

தன்னுடைய டெண்டர் ஏன் ஏற்றுக்கொள்ளாமல் போக வேண்டும் என்று இன்னமும் விளங்கவில்லை ரங்கநாதனுக்கு. முகத்தைத் தொங்கப் போட்டுக்கொண்டு அவள் பக்கம் பார்த்தான்.

"உங்களுக்கும் புரிந்திருக்கும் என்று நினைக்கிறேன். நீங்க ஒரு லட்சத்து அறுபதாயிரம் கோட் செய்தாலும் இந்த டெண்டர் உங்களுக்குக் கிடைப்பதில் எந்தத் தடையும் இருக்காது. புரிந்ததா?"

கமலாவுக்குப் புரிந்துவிட்டது. "உங்களுடைய டெண்டர் பேப்பரை எடுத்து லட்சத்து ஐம்பதாயிரம் என்று எழுதி யிருந்ததை லட்சத்து அறுபதாயிரமாக மாற்றிவிட்டுக் கையெழுத்துப் போடுங்கள்" என்றாள் ரங்கநாதனிடம். சகுந்தலா தேவியின் பக்கம் திரும்பி "அதுதானே நீங்கள் சொல்ல வந்தது?" என்றாள் உற்சாகத்துடன்.

ரங்கநாதன் தயங்கினான். அவனுக்கு இதெல்லாம் ஒரு கனவுபோல் இருந்தது. சகுந்தலாதேவி பைலை எடுத்து அவளிடம் நீட்டினாள். மாற்ற வேண்டிய பேப்பர் இருந்த பக்கத்தைத் திறந்த வாக்கில் வைத்திருந்தாள்.

கமலா சட்டென்று டெண்டர் பேப்பரில் செய்ய வேண்டிய திருத்தத்தைச் செய்துவிட்டுக் கம்பெனி டைரக்டர் என்ற அதிகாரத்தில் தானே கையெழுத்தும் போட்டுவிட்டாள்.

சகுந்தலாதேவி நிதானமாக "இப்போது எந்தப் பிரச்சினையும் இருக்காது என்று நினைக்கிறேன். ஆனால் நீங்க மட்டும் ஐயாயிரம் ரூபாய்க்கு ஒப்பன் செக்காக எழுதிக் கொடுத்து விடுங்கள்" என்றாள்.

"செக் புத்தகம் கொண்டு வந்தீர்கள் இல்லையா. எழுதுங்கள்" என்றாள் கமலா.

ரங்கநாதன் இப்போதுதான் இந்த உலகத்திற்கு மீண்டு வருபவன்போல் பேக்கில் இருந்து செக் புத்தகத்தை எடுத்துப் பேனாவைக் கழற்றிக்கொண்டே "கோவிந்தராஜன் பெயரிலா?" என்று கேட்டான்.

சகுந்தலாதேவி முகத்தைச் சுளித்தாள். "இல்லை. செல்ஃப் செக் எழுதிப் பின்னாலும் கையெழுத்துப் போடுங்கள்" என்றாள். இது போன்ற பால பாடத்தில்கூட அறிவுரை வழங்க வேண்டி யிருப்பது அவளுக்கு எரிச்சலை ஏற்படுத்திவிட்டது போலும்.

ரங்கநாதன் செக் எழுதும் முன் கமலாவிடம் "உடனே வங்கிக்கு அனுப்பி வைத்தால் பௌன்ஸ் ஆகிவிடும். என்ன செய்வது?" என்றான்.

சகுந்தலாதேவி "பரவாயில்லை. டெண்டர் உங்களுக்கு அலாட் செய்ததும் கம்பெனியிலிருந்து கொஞ்சம் அட்வான்ஸ் கொடுப்பார்கள். அந்தச் செக் கிரெடிட் ஆன பிறகுதான் இதை வங்கிக்கு அனுப்புவோம்" என்றாள்.

ரங்கநாதன் நிம்மதியாக மூச்சு விட்டுக்கொண்டான். செக்கை அவளிடம் கொடுத்து "தாங்ஸ்" சொல்லிவிட்டு இருவரும் வீட்டுக்கு வந்துவிட்டார்கள்.

ஒருமணி நேரம் கழித்து ரங்கநாதன் அறையில் போன் ஒலித்தது. மறுமுனையில் கோவிந்தராஜனின் குரல். "பாருங்கள், ஒரு சின்ன தவறு நேர்ந்துவிட்டதுபோல் இருக்கு. லட்சத்து அறுபதாயிரத்திற்கு மாற்றச் சொன்னால் மிஸஸ் கமலா லட்சத்து அறுபத்தையாயிரத்திற்கு மாற்றியிருக்கிறார். டெண்டர் பாரத்தை இப்பொழுதுதான் பார்த்தேன். அந்தப் பேப்பர்கள்..." என்று ஒலித்தது.

ரங்கநாதனின் மூளை ஒரு நிமிடம் சுறுசுறுப்பாக வேலை செய்தது. "ஆமாம். என்னுடைய சம்மதத்தின் பெயரில்தான் அப்படி மாற்றினாள். உங்களுக்கும் ஆட்சேபணை இருக்காது என்று நினைக்கிறேன்" என்றான்.

"பெரிதாக ஆட்சேபணை எதுவும் இல்லை என்று வையுங்கள். ஆயிரம் ரூபாய்க்கு இன்னொரு செல்ஃப் செக் எழுதி அனுப்பிவையுங்கள்" என்றார் கோவிந்தராஜன்.

"ஐந்நூறு ரூபாய்க்கு எழுதி அனுப்பிவைக்கிறேன்." தன்னாலும் இவ்வளவு தைரியமாகப் பேச முடிந்தது அவனுக்கே வியப்பாக இருந்தது ஒரு நிமிடம்.

"போகட்டும். எழுநூற்றைம்பது ரூபாய்க்கு எழுதி அனுப்புங்கள்" என்றார் கோவிந்தராஜன் மறுமுனையில்.

"அப்படியே ஆகட்டும். தாங்க்ஸ். இன்னும் அரைமணியில் உங்கள் வீட்டுக்கு அனுப்பிவைக்கிறேன்." ரங்கநாதன் மற்றொரு முறை நன்றி சொல்லிவிட்டு ரிசீவரை வைத்துவிட்டான்.

இனி டெண்டர் பற்றி எந்தச் சந்தேகமும் இல்லை என்று நினைத்துக்கொண்டான். பின்னாலிருந்து கமலா "இப்போதாவது உங்களுக்கு உலகத்தின் போக்குப் புரிந்ததா?" என்றாள்.

புரிந்தது என்று தைரியமாகச் சொல்ல முடியாதவனாக இருந்தான் ரங்கநாதன்.

புரியவில்லை என்று நினைக்கவும் முடியாத சூழ்நிலை!

சமாதானம்

ஞாயிற்றுக்கிழமை காலை ஒன்பது மணிக்குத் திடீரென்று நினைவு வந்தது தமயந்திக்கு. தங்களுடைய வீடு, முக்கியமாக விருந்தாளிகள் உட்கார்ந்துகொள்ளும் அறை கொஞ்சம்கூட ஒழுங்காக இல்லை என்று. இன்னும் இரண்டு மணி நேரம்தான் அவகாசம், சமையலைக் கவனிப்பதாக இருந்தாலும் வீட்டை ஒழுங்குபடுத்துவதாக இருந்தாலும். தமயந்திக்கு உடல் முழுவதும் சோர்வு ஆட்கொள்வதுபோல் இருந்தது. முதலில் சூடாக ஒரு கப் காபி சாப்பிடாமல் உள்ளமும் உடலும் ஒன்றாக இணைந்து வேலை செய்யாது. உடனே அந்த வேலையில் ஈடுபட்டாள்.

அசோக் இன்னும் விழித்துக்கொள்ளவில்லை. அவனுக்கு ஞாயிற்றுக்கிழமை என்ற பாகுபாடு இல்லை. எந்த நாளாக இருந்தாலும் காலையில் பத்து மணி ஆகும் முன் விழிக்க வேண்டும் என்றால் அவனுக்கு எரிச்சல். இரவு பன்னிரண்டு ஒரு மணி வரையில் ஏதோ ஒரு புத்தகத்தைப் படித்துக்கொண்டோ, டிவி பார்த்துக்கொண்டோ பொழுதைப் போக்குவான்.

தமயந்தி ஐந்து மணி ஆகும் முன் விழித்துக்கொண்டு, வேலைகளை எல்லாம் முடித்துவிட்டு, சமைத்து, உணவு மேஜையின் மீது அவனுக்கு வேண்டியவற்றை ஒழுங்காக அடுக்கிவைத்துவிடுவாள். கதவைச் சாத்திக்கொள்வதற்காக மட்டும் அவனை எழுப்புவாள் ஒன்பதரை மணிக்கு. அப்படியும் அவனுக்கு எரிச்சல் ஏற்பட்டால் "நீ கதவைப் பூட்டிக்கொண்டு போய்க்கொள்ளலாம் இல்லையா. தங்கமான தூக்கத்தை எதற்காகக் கெடுக்கிறாய்?" என்று முணுமுணுப்பான்.

அப்படியும் தானே அவனை எழுப்பி "நான் ஆபீசுக்குப் போகிறேன். உங்களுக்கு ஏதாவது வேலை இருந்து வெளியில் போனால் மாலை ஆறுமணி ஆகும் முன்பே வீட்டுக்கு வந்துவிடுங்கள்" என்று சொன்னால் தவிர தமயந்திக்குத் திருப்தியாக இருக்காது.

தமயந்தி இன்று சுவர்சலாவைச் சாப்பிட அழைத்திருந்தாள். அவர்கள் இருவரும் ஒரே ஆபீசில் உயர் பதவியில் இருப்பவர்கள். தமயந்தி அக்கவுண்ட்ஸ் டிபார்ட்மெண்ட் என்றால் சுவர்சலா ஜெனரல் மேனேஜ்மெண்ட். இருவரும் ஒரே இன்ஸ்டிட்யூட்டி லிருந்து எம்.பி.ஏ. முடித்தார்கள். வேலையும் ஒரே கம்பெனியில் கிடைத்ததால் நட்பு மேலும் வலுவடைந்தது.

இருவரும் மதியம் ஒன்றாகச் சேர்ந்து சாப்பிடுவார்கள். சிலநாள் தமயந்தி சேம்பரில், சிலநாள் சுவர்சலாவின் சேம்பரில். இருவருக்கும் சலிப்பாக இருந்தால் அருகில் இருக்கும் ரெஸ்டாரெண்டிற்குச் சாவகாசமாக நடையைக் கட்டுவார்கள்.

சுவர்சலா அடிக்கடி, அதாவது இரண்டு மாதங்களுக்கு ஒரு முறையாவது தமயந்தியைத் தம் வீட்டுக்கு அழைப்பாள், கணவருடன் சேர்ந்து சாப்பிட வரச்சொல்லி. அப்படிச் சாப்பிடு வதற்காக வெளியே வரும் அளவுக்குக் கணவனுக்குச் சாவகாசம் இருக்காது என்று தமயந்தி ஒவ்வொரு முறையும் ஏதோ சாக்குப் போக்குச் சொல்லித் தான் ஒருத்தி மட்டுமே போய் வந்தாள். இப்படி ஐந்தாறுமுறை நடந்த பிறகு தமயந்திக்குத் தோன்றியது, தான் ஒரு முறையாவது சுவர்சலாவையும் அவள் கணவனையும் சாப்பிட அழைக்கவில்லை என்றால் நன்றாக இருக்காது என்று. எல்லாம் கோடித்த பிறகு இன்றைக்கு முகூர்த்தம் வந்தது.

ஆனால் என்ன பயன்? சுவர்சலாவின் கணவருக்கு அதற்கு முதல்நாள்தான் வேறு ஊருக்குப் போக வேண்டியதாகி விட்டது, அலுவலகப் பணி நிமித்தமாக. "உன் காற்றுதான் என் மீதும் வீசிவிட்டது போலும். நான் ஒருத்தி மட்டும் பதினொரு மணிக்கு வரப் போகிறேன். மூன்று மணி வரையில் நிம்மதியாகப் பேசிக் கொண்டிருப்போம். உங்க வீட்டுக்காரரை மட்டும் ஏதாவது சாக்குச் சொல்லி வீட்டில் தங்க வைத்துவிடு. எங்கேயாவது ஒளித்துவைப்பதற்குச் சாக்கைத் தேடாதே" என்றாள் சுவர்சலா.

பொய்கள் இவ்வளவு சந்தோஷம் தரக்கூடியவையாக இருக்கின்றன என்றால் இதுதான் என்று தமயந்திக்குத்

தோன்றியது. தான் ஒன்றும் வேண்டுமென்றே அசோக்கை மற்றவர்களுக்கு அறிமுகப்படுத்தாமல் ஒளித்துவைக்கவில்லை. அவனுடைய சோம்பேறித்தனத்தால் எப்போது விழிப்புடன் இருப்பான், எப்போது எந்த வேலையாக வெளியில் போவான் என்று தனக்குத் தெரியாது. முன்னாலேயே திட்டமிடுவது, நினைத்தபடிச் செயல்படுவது போன்றவை அசோக்கின் மன நிலைக்கு ஒவ்வாத விஷயங்கள்.

தமயந்தி காபி தயாரித்து முடித்துவிட்டாள். இரண்டு கோப்பைகளில் ட்ரேயில் வைத்துக்கொண்டு படுக்கையறைக்குள் சென்றாள். அசோக் இன்னும் போர்வை போர்த்திய நிலையில் இருந்தான். தமயந்தி ட்ரேயை மேஜைமீது வைத்துவிட்டு அவனை மென்மையாகத் தட்டி எழுப்புவதற்கு முயன்றாள், அவன் விழித்திருந்தாலும்.

"இன்றைக்கு ஞாயிற்றுக்கிழமைதானே? இன்னும் ஒரு மணி நேரம் இப்படியே படுத்துக்கொண்டு பதினொரு மணிக்கு எழுந்துகொள்கிறேன். நேராகச் சாப்பிட்டு விடலாம்" என்று ரகசியம் சொல்வதுபோல் தமயந்தியிடம் சொன்னான்.

"மறந்துட்டீங்களா? நேற்றுச் சொல்லியிருந்தேன். சுவர்சலா இன்றைக்குச் சாப்பிட வரப் போகிறாள். முன் அறை, ஹாலைக் கொஞ்சம் நீட்டாக எடுத்துவைப்பதில் எனக்கு உதவிசெய்ய மாட்டீர்களா? சமையல் வேலையுடன் எனக்குக் களைப்பாக இருக்கும் இல்லையா?" என்றாள் தமயந்தி அவனிடம் கெஞ்சுவதுபோல்.

"நான் பதினொரு மணிக்குத் தயாராகி உட்கார்ந்தால் போறாதா? வீட்டை எவ்வளவு எடுத்துவைத்தாலும் நீட்டாக இருக்காது. மேலும் குப்பையாகத் தென்படும் என்று நீதானே சொல்வாய்?" என்றான் அசோக் கட்டிலை விட்டு எழுந்து கொள்ளும் முயற்சி கொஞ்சம்கூடச் செய்யாமல்.

தமயந்திக்குத் தெரியும். எந்தச் சாமி வந்தாலும் அவனை அசைக்க முடியாது என்று. "சரி. காபியாவது குடித்துவிட்டுப் படுத்துக்கொள்ளுங்கள்" என்று கோப்பையை நீட்டினாள்.

"இப்போ எதுக்கு? பிளாஸ்கில் ஊற்றி வை. பத்துமணிக்கு மேல் குடிக்கிறேன்."

'காபி குடிப்பதற்குக்கூட இந்த மனிதனுக்குச் சோம்பேறித் தனம்தான்' என்று நினைத்துக்கொண்டாள் தமயந்தி. "பத்து

மணிக்குத் திரும்பவும் கலந்து தருகிறேன். இப்போ இந்தக் காபியைக் குடித்துவிட்டுப் படுத்துக்கொள்ளுங்களேன்" என்றாள்.

அசோக் அவளுடைய வேண்டுகோளைப் பெரிய மனத்துடன் ஏற்றுக்கொண்டான். தமயந்தி காலிக் கோப்பைகளை எடுத்துக்கொண்டு வெளியேறினாள்.

சுவர்சலா ஆபீஸ் வேலையில் மட்டுமே இல்லை, வீட்டு வேலைகளிலும் சுறுசுறுப்பானவள். அவள் வீட்டை, அறைகளைப் பார்த்து ரசிக்கலாமே ஒழிய வர்ணிப்பதற்குச் சாட்சாத் அந்தக் கடவுளே வந்தாலும் சாத்தியமில்லை என்பது தமயந்தியின் அபிப்பிராயம். அவ்வளவு அழுத்தமான கருத்துகள் கொண்டவள் சுவர்சலா. அவற்றைச் செயல்படுத்துவதில் கணவரின் ஒத்துழைப்பும் இருக்கிறது. நமக்கு மட்டும் நல்ல எண்ணங்கள் இருந்தால் என்ன பிரயோஜனம்? நம்முடன் சேர்ந்து இருப்பவர்களும் அதை ஏற்றுக்கொள்ளும்விதமாகப் பார்த்துக்கொள்வதும் நம் வேலையில் ஒரு பகுதி என்பாள் சுவர்சலா. அது என்ன பங்களிப்போ, என்ன செய்தால் அந்த ஈக்வேஷன் சரியாக அமைந்து எல்லாம் நல்லபடியாக இருக்குமோ அக்கவுண்ட்ஸ் எக்ஸிக்யூடிவ் தமயந்திக்குப் புரியவில்லை.

பதினொரு மணிக்கு டாண் என்று வீட்டின் முன்னால் ஆட்டோ வந்து நின்றது. தமயந்தி வாசலுக்குச் சென்றாள். சுவர்சலா ஆட்டோக்காரனுக்குப் பணத்தைக் கொடுத்து அனுப்பிவிட்டுத் திரும்பியவள் "ஹாய்!" என்றாள்.

"ஏன்? ஸ்கூட்டர் கிளம்ப மாட்டேன் என்று அடம் பிடித்ததா?" கேட்டாள் தமயந்தி.

"இல்லை. நான்தான் அடம்பிடித்தேன். ஞாயிறு அன்றும் அதற்கு விடுமுறை கொடுக்காமல் இருப்பது அநியாயம் இல்லையா. ஒரு மாறுதலுக்காக இன்றைக்கு ஆட்டோவில் வருவோம் என்று நினைத்தேன்." பதில் சொன்னாள் சுவர்சலா.

தங்க நிறத்தில் புடவை அணிந்திருந்தாள். புடவையின் கலரைவிட ஒருபடித் தூக்கலான கலரில் பிளவுஸ் அணிந்திருந்தாள். சுவர்சலாவைப் பார்க்கும்போதெல்லாம் தமயந்தியின் மனத்தில் சந்தோஷம் பரவும். நல்ல ரசனைகள் இருப்பவள். எங்கே போனாலும் அழகான, அமைதியான சூழ்நிலையைத் தன்னுடன் எடுத்துக்கொண்டு போவாள்.

தமயந்தி ரோஜா நிறத்தில் புடவை உடுத்தியிருந்தாள். சுவர்சலாவின் முன்னால் தன் நிறம் மங்கிவிட்டதுபோல் உணர்ந்தாள்.

இரண்டு பேரும் பத்து நிமிடங்கள் முதல்நாள் வீட்டில் என்ன வேலைகள் செய்தோம் என்று பேசிக் கொண்டார்கள். பிறகு அன்றைய நாளேட்டில் வந்த கட்டுரைகளை, புதிய விஷயங்களைப் பற்றிய கருத்துகளைப் பரிமாறிக் கொண்டார்கள். அரைமணி நேரம் கழிந்துவிட்டது. தமயந்தி அபிடைசரைக் கொண்டு வருவதாகச் சொல்லிவிட்டு உள்ளே சென்றாள்.

அவள் மூன்று டம்ளர்களில் திராட்சைப் பழ ரசத்தைக் கொண்டு வருவதற்கு ஐந்து நிமிடங்களுக்கு முன்னால் அசோக் வந்து சுவர்சலாவைக் குசலம் விசாரித்தான். “தமயந்தி உங்களைப் பற்றி நிறைய சொல்லியிருக்கிறாள். இப்போது நாம் சந்தித்துக்கொள்வது ரொம்பச் சந்தோஷமாக இருக்கிறது. நான் அசோக். தமயந்தி உங்களிடம் எப்போதாவது என்னைப் பற்றிச் சொன்னாளோ இல்லையோ, சொன்னாலும் என்ன சொன்னாள் என்று எனக்குக் கொஞ்சம்கூடத் தெரியாது” என்று சொல்வதற்கு முயன்றான். ஒரே மூச்சில் சொல்வது அவனுக்குச் சாத்தியப்படவில்லை. அதனால் மூன்று பகுதி களாகப் பிரித்துச் சொன்னான்.

சுவர்சலா பணிவுடன் வணக்கம் தெரிவித்தாள். “என் பேச்சை நம்புங்கள். தமயந்தி உங்களைப் பற்றி எதுவும் சொன்னது இல்லை. நாங்க நிறைய பேசிக்கொள்வது உண்மை தான். ஆனால் எப்போதும் எங்கள் பேச்சில் ஆபீஸ் விஷயங்களும் உலக விஷயங்களும்தாம் இருக்கும். பர்சனல் விஷயங்களை, வீட்டின் நிலவரத்தைப் பற்றிப் பேசிக்கொள்ள மாட்டோம்” என்றாள்.

“அது ரொம்ப நல்ல விஷயம்” என்றான் அசோக்.

அதற்குள் தமயந்தி அங்கே வந்தாள். பழச்சாறை அருந்திக் கொண்டே சுவர்சலா அசோக்கைக் கவனிக்கத் தொடங்கினாள்.

அவன் ஷேவ் பண்ணவில்லை. முகத்தை மட்டும் நன்றாக அலம்பிப் புத்துணர்வுடன் தென்படுவதற்கு முயற்சி செய்திருக்கிறான். சாதாரணக் காட்டன் ஷர்ட் அணிந்திருந் தான். பளபளவென்று மின்னும் பாலியஸ்டர் பேண்ட்! கண்கள் ரொம்ப ஆழமாக, எப்போதும் ஏதோ யோசனையில் மூழ்கியிருப்பான் போலும் என்பதுபோல் தீவிரமாக இருந்தான். முகத்தில் ஒருவிதமாக மென்மை வெளிப்பட்டது. வார்த்தைகளை அளந்து பேசுவான். சாவகாசமாகப் பொழுதைக் கழிக்கப் பழக்கப்பட்டுவிட்ட மனிதன்போல் இருந்தது அவன் போக்கு. எதைப் பற்றியும் கவலைப்படுவது, பதற்றமடைவது அவன் சுபாவத்திற்கு நேர் எதிரானவை என்ற விஷயம்

சுவர்சலாவுக்கும் பார்த்ததுமே புரிந்துவிட்டது. அவர்கள் ஒன்றாகச் சேர்ந்து உட்கார்ந்திருந்த அரைமணிக்குள் அவள் அவன் சுபாவத்தை உணர்ந்திருந்தாள்.

"நீங்கள் என்ன செய்துகிட்டு இருக்கிறீர்கள்?" கேட்டாள் சுவர்சலா.

அவன் அவள் பக்கம் மௌனமாகப் பார்த்துக் கொண்டிருந்தான். பதில் சொல்ல முயல்கிறானா அல்லது தன்னுடைய கேள்வியைப் புறக்கணிக்கிறானா என்று அவளுக்குப் புரியவில்லை. தமயந்தி முன்பொரு முறை சொல்லி யிருந்தாள் அவன் மாலைக் கல்லூரியில் சட்டம் படித்துக் கொண்டிருப்பதாக.

"ஸ்பெஷலாக எதுவும் செய்ய மாட்டேன்" என்றான் கொஞ்ச நேரத்திற்கு பிறகு. நான் சிகரெட் பிடிக்க மாட்டேன் என்று ஸ்டேட்மெண்ட் கொடுப்பதுபோல். "கல்ச்சுரல் கிளப்புகளில், கல்லூரிகளில் சொற்பொழிவாற்றுவேன், அதுவும் ரொம்ப அரிதாகத்தான்" என்றான் அசோக்.

அவன் எந்த சப்ஜெக்டைப் பற்றிச் சொற்பொழிவு ஆற்றுவான் என்று தெரிந்துகொள்ள விரும்பினாள் சுவர்சலா. முக்கியமாக எக்ஸிக்யூட்டிவ்கள் மன அழுத்தம் இல்லாமல் செயல்படுவதற்கு வழிகாட்ட முடிந்தால் தம் கம்பெனியில் ஓரிரண்டு நிகழ்ச்சிகளுக்கு இவனைக் கூப்பிடலாம் என்று தோன்றியது. இதைப் பற்றித் தமயந்தியிடம் பின்னால் கேட்டுத் தெரிந்துகொள்ளலாம்.

சாப்பிட உட்காரப் போகும் சமயத்தில் அசோக் "திடீரென்று எனக்கு ஒரு விஷயம் நினைவுக்கு வந்திருக்கிறது. உடனே அதை நோட்செய்துகொள்ள வேண்டும். இல்லாவிட்டால் மறந்து விடுவேன். என்னை மன்னியுங்கள்" என்று தன் அறைக்குள் போய்விட்டான்.

தமயந்தி சமாதானப்படுத்துவதுபோல் சிரித்தாள். "அவருடைய போக்கே அப்படித்தான். அறிஞர் யாராவது சொன்ன கொடேஷன் நினைவுக்கு வரும். உடனே பதிவு செய்துகொள்ளவில்லை என்றால் மறந்துவிடும் என்றும் தன்னையும் அறியாமல் தூங்கி விடுவோமோ என்றும் பயம். சில சமயம் மாலை நான்கு மணிக்குத் தேநீர் வேளைக்கு நான் எழுப்பினால்தான் அவருக்குச் சுயநினைவு வரும் இல்லா விட்டால் என்ன நடக்கும் என்று நான் இதுவரையில் சோதனை செய்து பார்த்தது இல்லை".

சுவர்சலாவுக்கு இது போன்ற நிகழ்வுகள் புதிது. பழக்கமே இல்லை. புரியவில்லை என்று சொன்னாலும் ஆச்சரியப் படுவதற்கு இல்லை.

"உங்களுடைய அறிமுகம் கல்லூரியில் படிக்கும்போது ஏற்பட்டதா? படிக்கும் நாட்களிலேயே ஒருவரை ஒருவர் சந்தித்துக்கொண்டீர்களா?" தமயந்தியிடம் கேட்டாள் சுவர்சலா.

"என்னுடைய மாமாவின் மகன். சின்ன வயது முதல், அதாவது நான் பிறந்த உடனேயே எங்கள் கல்யாணம் நிச்சயமாகிவிட்டது அப்பாவுக்கு விருப்பம் இல்லாவிட்டாலும் அம்மாவின் பிடிவாதம். எனக்கும் ஆட்சேபணை இருக்க வில்லை" என்றாள் தமயந்தி.

"அப்பாவுக்கு ஆட்சேபணை ஏன்?"

"சின்ன வயதிலிருந்தே அத்தானின் சோம்பேறித்தனத்தைக் கண்டால் அப்பாவுக்கு எரிச்சல்தான். வாழ்க்கையில் எந்தப் பொறுப்புகளையும் பிரச்சினைகளையும் சமாளிப்பதற்கு அவன் லாயக்கு இல்லை. பிறகு உன் விருப்பம் என்று அப்பா எனக்கு நினைவு தெரிந்த நாள் முதல் எச்சரித்துக்கொண்டுதான் இருந்தார்."

"அதுதானா விஷயம்" என்றாள் சுவர்சலா.

முன் ஹால், அதில் இருக்கும் பொருட்கள் நேர்த்தியாக எடுத்துவைக்கப்படாததுபோல் காட்சி தந்தாலும் அந்தப் பொருட்களின் குவியலில் ஏதோ ஒற்றுமை இருப்பதுபோல் சுவர்சலாவுக்குத் தோன்றியது. துணிமணிகள் எல்லாம் ஒரு பக்கம். புத்தகங்கள், வாரப் பத்திரிகைகள் எல்லாம் ஒரு பக்கம் மலைபோல் டீப்பாய்மீதும் மோட்வின் மீதும் பாரமாகக் காட்சியளித்தன.

அவர்களின் சாப்பாடு இறுதிக் கட்டத்திற்கு வரும்போது திரும்பவும் அசோக் வந்து உட்கார்ந்துகொண்டான். தமயந்தி அவனுக்குப் பரிமாறத் தொடங்கினாள்.

"எனக்கு ருசியைப் பற்றி எதுவும் தெரியாது" என்றான் சுவர்சலா தமயந்தியின் சமையலைப் பாராட்டிக்கொண் டிருக்கும்போது.

"ஏற்பாடாக எல்லாம் செய்துவைக்கும் நபர் இருக்கும் போது ருசியைப் பற்றிப் பொருட்படுத்த அவசியம் என்ன இருக்கிறது?" என்றாள் சுவர்சலா.

“உணவு ருசியாக இருக்க வேண்டுமா, உடல் நலத்தைக் கூட்டுவதாக இருக்க வேண்டுமா என்பதைப் பற்றி நான் ரொம்ப நாளாக யோசித்து வருகிறேன். அந்த விஷயத்தின் மீது ஒரு புத்தகம் எழுதுவதாக இருக்கிறேன், கொஞ்சம் நேரத்தை ஒதுக்கிக்கொண்டு.”

“கட்டாயம் எழுதுங்கள். எங்களைப் போன்ற அறிவிலி களுக்கு உபயோகப்படும். ருசியைக் கைவிட முடியாமல், எது ஆரோக்கியமான உணவு என்று தெரியாமல் நம் நாட்டில் என்னைப் போன்று லட்சக்கணக்கான மக்கள் குழம்பிய நிலையில் இருக்கிறோம். என் பேச்சை நம்புங்கள்” என்றாள் சுவர்சலா.

தமயந்திக்கு அசோக் பேசிக்கொண்டிருக்கும் விஷயம் முற்றிலும் புதிது. அவன் எத்தனையோ வேலைகளைச் செய்து கொண்டிருப்பதாகச் சொல்வதைக் கேட்டிருக்கிறாள். ஆனால் புத்தகம் எழுதப் போவதாகப் பேச்செடுத்தது இதுதான் முதல் முறை.

சுவர்சலா தன் கணவன் சொல்வதை சீரியஸாக எடுத்துக் கொண்டு விட்டாளோ என்று தமயந்தி ஒரு நிமிடம் பயந்து போனாள். ஏன் என்றால் சுவர்சலா திடீரென்று ஒரு கேள்வியை எழுப்பினாள். “இத்தனைக்கும் உணவு ருசியுள்ளதாக இருக்க வேண்டுமா அல்லது போஷாக்குகள் நிறைந்ததாக இருக்க வேண்டுமா? இந்த இரண்டில் உங்கள் சோதனையின் முடிவுகள் எந்தப் பக்கம்?” என்று கேட்டாள்.

“எந்த ஒன்றுக்கும் இல்லை. இரண்டுமேதான்” என்றான் அசோக்.

“எனக்குப் புரியவில்லை” என்றாள் சுவர்சலா.

“உங்களுக்குப் புரியாது. ஏன் புரியவில்லை என்றும் எனக்குத் தெளிவாகத் தெரியும். சொல்கிறேன், கேட்டுக் கொள்ளுங்கள்.”

தமயந்திக்கும் அவன் என்ன சொல்லப் போகிறான் என்று கேட்போம் என்ற ஆர்வம் ஏற்பட்டது.

“மனம் இருக்கிறது இல்லையா? அது எப்போதும் இரண்டில் ஒன்றைத்தான் தேர்ந்தெடுத்து அதையே பிடித்துக் கொண்டு தொங்கும். நல்லது கெட்டது, புளிப்பு காரம், வெப்பம் குளிர் இப்படிப் பல விஷயங்கள் உலகில் இருக்கின்றன.” அசோக் நிறுத்தினான்.

திரும்பவும் வாக்கியத்தைத் தொடங்குவதற்கு அவனுக்கு ஒரு நிமிடம் தேவைப்பட்டது. "மனிதன் செய்ய வேண்டியது என்னவென்றால் இந்த விஷயங்களுக்கு அப்பாற்பட்டு நடந்து கொள்வதைக் கற்றுக்கொள்ள வேண்டும்."

"அது எப்படிச் சாத்தியமாகும்? மனிதனின் மனம் எப்போதுமே இரண்டு பக்கமும் ஊசலாடிக்கொண்டுதானே இருக்கும்" என்றாள் சுவர்சலா, ஏதாவது ஒரு பாயிண்டை எடுத்துக் கொடுத்தால் தவிர அவனால் மேற்கொண்டு பேச முடியாது என்று.

"இந்த நிலைகளுக்கு அப்பால் ஒரு நிலை இருக்கிறது. அந்த இடத்தில் இந்த இரண்டுமே சமரசத்துடன் ஒன்றோடு ஒன்று கலந்து விடும். அப்படி இரண்டறக் கலந்திருப்பது நமக்குத் தெரியாமலே சங்கமமாகிவிடும். அதுதான் வாழ்க்கையின் சூத்திரம். ஒவ்வொரு மனிதனும் அதைப் பின்பற்ற முயற்சி செய்ய வேண்டும். அப்போதுதான் வாழ்க்கை ரசனையுடன் நிரம்பி வழியும்."

அவன் இலக்கிய மொழி பேசுவதுபோல் தோன்றியது சுவர்சலாவுக்கு. இருந்தாலும் இதைப் புரிந்துகொள்ளத்தான் வேண்டும்.

அசோக் திரும்பவும் பழைய இடத்திற்கு வந்தான். "நான் சொல்ல வந்தது என்னவென்றால் உணவில் ருசியும் போஷாக்கும் பிரிக்க முடியாதபடிக்குக் கலந்திருக்க வேண்டும். போஷாக்கு நிறைந்தது என்ற பெயரில் சுவையற்ற உணவைப் பரிமாறக் கூடாது. இரண்டையும் பாலென்ஸ் செய்வதில்தான் சமையற் கலை அடங்கியிருக்கிறது" என்றான்.

இந்த ஸ்டேட்மெண்ட் சமையலுக்கு மட்டுமே இல்லை. வாழ்க்கையில் எந்த விஷயத்திற்கும் பொருந்தும் என்று தோன்றியது சுவர்சலாவுக்கு.

"உங்க வீட்டிற்குச் சாப்பிட வந்திருக்கிறேன் என்றால் வெறுமே சாப்பிடுவதற்காக மட்டுமே இல்லை இல்லையா. மனம் விட்டுப் பேசுவதற்காகத்தான் நண்பர்களைச் சாப்பிட அழைப்பார்கள். இந்தப் பழக்கம் மேனேஜ்மெண்ட் கோர்ஸில் சொல்லாமல் சொல்லப்பட்ட விஷயம் இல்லையா" என்றாள் தமயந்தியிடம்.

"நீங்க புத்தகம் எழுதுவதாகச் சொன்னால் நான் பதிப்பாளர்களை ஏற்பாடுசெய்கிறேன்" என்றாள் சுவர்சலா.

“மனிதர்களுக்குத் தெரிய வேண்டிய பல விஷயங்கள் புத்தகமாக எழுதப்பட்டால் மலிந்து போய்விடும். அதான் தயங்குகிறேன்” என்றான் அசோக்.

“உங்கள் விருப்பம்” என்றாள் தமயந்தி, கணவன் எங்கே சோபேறித்தனத்தைக் கைவிட்டு விடுவானோ என்று பயந்தாற் போல்.

சுவர்சலா மேற்கொண்டு நீடிக்கவில்லை. அவள் கிளம்ப வேண்டிய நேரம் வந்துவிட்டது. அப்போது திரும்பவும் பெட் ரூமை விட்டு வெளியே வந்தான் அசோக்.

“நான் வந்தது உங்களுடைய எண்ணங்களுக்கு இடைஞ்சலாக இருந்ததோ என்னவோ. ஆனால் எனக்குப் புதிய எண்ணங்கள் கிடைத்துவிட்டன” என்றாள் சுவர்சலா.

“அதைப் பற்றி நாளைக்குத் தமயந்தியிடம் டிஸ்கஸ் செய்யுங்கள்” என்றான் அசோக்.

மறுநாள் ரெஸ்டாரெண்டில் சேர்ந்து சாப்பிடும்போது சுவர்சலா கேட்டாள். “உன் கணவருக்கு ஸ்திரமான வேலை இல்லை என்பதைப் பற்றி உனக்குச் சங்கடமாக இல்லையா?”

“அசோக்கா? அவன் வேலைக்குப் போவதாகச் சொன்னால் தான் எனக்கு இடைஞ்சல். அவன் எந்த விஷயத்திலேயும் என்னை டிக்டேட் செய்ய மாட்டான். அதனால்தான் நிம்மதி யாகக் காலத்தைக் கழித்துக்கொண்டிருக்கிறோம்.”

“உன் கண்ணோட்டத்திலும் யோசித்துப் பார் தமயந்தி. எந்த வேலையும் செய்யாமல், எந்தப் பொழுதுபோக்குகளும் இல்லாத மனிதனுடன் குடும்பம் நடத்துவதற்கு ரொம்பத் தைரியமும் துணிச்சலும் வேண்டும்.”

“நான் எப்போதும் இந்த விஷயத்தைப் பற்றி யோசித்து மூளையைக் கெடுத்துக்கொண்டதில்லை. அதான் இவ்வளவு நிம்மதியாக இருக்கிறேன் என்று நினைக்கிறேன். நீயே பார்! வேலை, டூர் என்ற பெயரில் மாதத்தில் இருபது நாட்களுக்கு வெளியூருக்குப் போகும் கணவன் ஒரு பக்கம்! எப்போதும் கண்ணில் பட்டுக்கொண்டு, தன்னுடைய இருப்பைக் கொஞ்சம் கூட இம்பிரெஸ் செய்ய முயலாத கணவன் இன்னொரு பக்கம். இவ்விருவரையும் தராசில் நிறுத்தினால் உன் மனம் எந்தப் பக்கம் சாயுமோ எனக்குத் தெரியாது. ஆனால் என் மனம் மட்டும் இரண்டாவது பக்கம்தான் நல்லது என்று சொல்லும்.”

"ஆனால் அசோக் சொன்னாற்போல் அந்த இரண்டு பக்கமும் இல்லாமல் நடுவழியாக இன்னொரு உயர் ஆசனமும் இருக்கிறது இல்லையா?"

"எனக்குத் தெரியாது. ஒருக்கால் அந்த உயர் ஆசனத்தைத் தான் நாம் ஏதோ ஒரு பக்கத்துடன் இணைத்துத் திட்டுவது போல் பாராட்டிக் கொண்டிருக்கிறோம் என்று தோன்றுகிறது. அது போகட்டும் விடு. நீங்க பிளாட் வாங்கும் விஷயம் என்னவாயிற்று?" என்று கேட்டாள், பேச்சை மாற்ற முயற்சித்த படி.

"உன்னிடம் சொல்ல மறந்துவிட்டேன். என் கணவர் என்ன சொன்னார் தெரியுமா? பிளாட் வாங்குவது நல்லதா, இல்லை இடம் வாங்கி வீடு கட்டுவது நல்லதா என்று அசோக்கிடம் பேசினால் நன்றாக இருக்கும் என்றார். இந்த இரண்டையும் அவன் எப்படி ஒன்றாக இணைப்பான் என்று பார்க்க வேண்டும். அவர் அந்த விஷயத்தில் ரொம்பத் துடியாக இருக்கிறார்."

"ஏற்கெனவே இந்த விஷயம் உணவு மேஜையிடம் பிரஸ்தாபிக்கப்பட்டு விட்டதா?" என்றாள் தமயந்தி.

"ஊஹூம். நள்ளிரவு தாண்டிய பிறகு வந்தார். அப்படியும் ஆறுமணிக்கே எழுந்துகொண்டு ஏழரை மணிக்கெல்லாம் பிரேக் பாஸ்ட் சாப்பிட வந்துவிட்டார். அப்போது சொன்னேன் உங்கள் வீட்டில் நேற்று நடந்ததைப் பற்றி. இந்த முறை எப்படியாவது தமயந்தி, அசோக் நம் வீட்டிற்குச் சேர்ந்து சாப்பிடும்படியாகப் பார்த்துக்கொள்வது என்னுடைய பொறுப்பு என்றார் அவர். என்னுடைய பொறுப்பை நீ எப்படி நிறைவேற்றி வைக்கப் போகிறாயோ உன் விருப்பம். எங்களுக்கு வீடு அமைவது உன் அனுக்கிரகத்தின் பெயரில்தான் இருக்கிறது" என்றாள் சுவர்சலா.

அவள் கிண்டலாகச் சொல்கிறாளா அல்லது சீரியஸாகச் சொல்கிறாளா என்று தமயந்திக்குப் புரியவில்லை. ஆனால் இதை இரண்டுவிதமாகவும் எடுத்துக்கொள்ளலாம் என்ற விஷயம் இப்போது புதிதாகத் தெரியவந்தது.

"என்ன சொல்கிறாய்? அடுத்த வாரம் அசோக்கையும் அழைத்துக்கொண்டு கட்டாயம் எங்கள் வீட்டுக்குச் சாப்பிட வர வேண்டும்" என்றாள் தமயந்தியிடம் சுவர்சலா.

"அப்படி இல்லை. நாம் நான்கு பேரும் சேர்ந்து சாப்பிடுவது இதுவரையில் நடக்கவில்லை, எங்க வீட்டிலும் சரி, உங்க

வீட்டிலும் சரி. அதைவிட ஏதாவது ரெஸ்டாரெண்டில் யதேச்சையாகச் சந்தித்துக்கொள்வதுபோல் நிகழ்ந்தால் உன் பிரச்சினைக்கு, சந்தேகத்திற்குத் தீர்வுகள் சீக்கிரமாகக் கிடைக்கும் என்று தோன்றுகிறது" என்றாள் தமயந்தி.

"அதுவும் உண்மைதான். வீட்டிலேயே சாப்பிடுவது நல்லதா? ரெஸ்டாரெண்டுக்குப் போவது நல்லதா? இந்த இரண்டையும் அசோக் எப்படி இன்டிகிரேட் செய்வார் என்று பார்க்கணும்" என்றாள் சுவர்சலா.

"அது ஒன்றும் பிரம்மவித்தை இல்லை. நல்ல ரெஸ்டாரெண்டிலிருந்து உணவு வகையை வரவழைத்துக்கொண்டு மேலும் சிறப்பாக அவற்றை மாற்றிச் சாப்பிடுவதுதான் ஒரே வழி" என்றாள் தமயந்தி சீரியஸாக.

"நாம் தேடிக்கொண்டிருப்பது அந்த வழியைத்தானே? நாம் ஒன்றும் 'The eleven causes for the degeneration of India' என்பதைப் பற்றி மூளையைக் குழப்பிக்கொள்ளப் போவதில்லையே? நீ சொன்னதுபோல் நல்ல ரெஸ்டாரெண்டில் சந்தித்துக்கொள்வோம். அதற்கான திட்டத்தை வழிவகுத்துச் சொல்லு. Let us wish ourselves all the best" என்றாள் சுவர்சலா, கடியாரத்தைப் பார்த்தபடி நாற்காலியை விட்டு எழுந்து கொண்டே.

பலார்ஷாவிலிருந்து நாக்பூர் வரையில்

பலார்ஷா ஸ்டேஷனில் வண்டியில் ஏறினாள் அவள். கம்பார்ட்மெண்டுக்குள் வந்தவள் ராவ் உட்கார்ந் திருந்த பெர்த் பக்கம் எதிர்பார்ப்புடன் நோக்கினாள்.

"நான் உட்கார்ந்துகொள்ளலாமா இங்கே?" என்று கேட்டாள்.

என்ன பதில் சொல்வதென்று முதலில் தெரிய வில்லை. "இது ரிசர்வ்ட் கம்பார்ட்மெண்ட். முன்கூட்டிப் பதிவு செய்துகொண்டால் தவிர இந்தப் பெட்டியில் காலடிகூட வைக்கமுடியாது" என்று நீளமாகச் சொற் பொழிவு ஆற்ற நினைத்தான். ஆனாலும் சமாளித்துக் கொண்டான். இது போன்ற சொற்பொழிவுகள் புத்தகங்களில் எழுதிக்கொள்வதற்குத்தான் லாயக்கு. நடைமுறையில் எதற்கும் பயன்படாது என்று ராவ் அனுபவப்பூர்வமாக உணர்ந்திருந்தான். அதோடு இனி மத்தியப் பிரதேஷத்திலிருந்து வடநாட்டிற்குள் நுழைந்து கொண்டிருக்கிறோம். தன்னைப் பெட்டியிலிருந்து இழுத்து வெளியில் தள்ளிவிட்டாலும் ஏன் என்று கேட்க நாதியில்லை.

கேட்டவள் அதேநிலையில் அப்படியே நின்று கொண்டிருந்தாள், ராவின் அனுமதிக்காகக் காத்திருப்பது போல்.

இளம் நீல வண்ணத்தில் புடவை கட்டியிருந்தாள். ஆழ்ந்த நீலத்தில் ரவிக்கை. உயரம் ஐந்தடி ஐந்து அங்குலம் இருக்கும். உயரத்திற்கு ஏற்ற பருமன்.

நடு வயது, சமாதானப்படும் மனநிலையைச் சித்தரிக்கும் முகம், அகலமாக, வட்டமாக இருந்தது. நெற்றியில் குங்குமம் இருக்கவில்லை. மூக்குத்தி அணிந்திருக்கவில்லை என்றாலும் காதுகளில் பச்சைக்கல் தோடு இருந்தது. கையில் பிளாஸ்டிக் கூடை ஒன்று. அதில் திணித்தாற்போல் ஆடைகள், ஒரு பக்கமாக டிபன் கேரியரும் தண்ணீர்ப் பாட்டிலும் தென் பட்டன. பாரம் அதிகமாக இல்லை போலும். பெண்பிள்ளையை அப்படி நிற்க வைப்பது நியாயம் இல்லை என்று தோன்றியது. ரிசர்வ்ட் கம்பார்ட்மெண்டில் நுழைந்து இரண்டு மூன்று மணி நேரப் பயணத்தை வசதியாக முடித்துக்கொள்ள நினைக்கும் பயணிகளிடம் இரக்கம் இல்லை என்றாலும் ராவ் கொஞ்சம் தளர்ந்துவிட்டான்.

தான் இருந்த நிலையை மற்றொரு முறை பரிசீலித்துக் கொண்டான்.

லோயர் பர்த்தில் தான் ஒருவன் மட்டும் சம்மணமிட்டுத் தாராளமாக உட்கார்திருந்தான். படித்துக்கொண்டிருந்த புத்தகம் பக்கத்திலிருந்த ப்ரீப்கேஸ் மீது பக்கங்கள் பிரித்த நிலையில் ஓய்வெடுத்துக்கொண்டிருந்தது. ரயில் நின்ற பிறகு புத்தகத்தை அதன்மேல் வைத்திருந்தான், சிறிது நேரம் ஸ்டேஷனை, பிளாட்பாரத்தைப் பார்த்து இளைப்பாறும் யோசனையில். விடிந்தது முதல் படித்துக்கொண்டுதான் இருந்தான். எப்போது பார்த்தாலும் இன்னும் நூறு பக்கங்கள் பாக்கியிருப்பதுபோல் தோன்றும்.

எதிர் பெர்த்தில் ராவின் மனைவியும் மற்றொரு பெண் பயணியும் ஆளுக்கொரு மூலையில் உட்கார்ந்திருந்தார்கள். நடுவில் இருந்த காலியிடத்தில் தங்களுடைய கைப்பைகளை பரத்தியிருந்தார்கள். அதனால்தான் அவள் அவர்களிடம் கேட்காமல் ராவிடம் கேட்டிருக்கிறாள் "உட்கார்ந்து கொள்ளலாமா" என்று. அவனுடைய பெர்த்தில் பாதிக்கும் மேல் காலியாக இருந்தது. மேல் பெர்த்துகளில் இருந்த இரண்டு பேரும் முந்தைய ஸ்டேஷனில் சொல்லாமல் கொள்ளாமல் இறங்கிப் போய் விட்டிருந்தார்கள். அப்போது முதல் இந்த மூன்று பெர்த்துகளுக்கும் அவன் ஒருத்தன் மட்டுமே நாட்டாமை செலுத்துவதாக அர்த்தம். பலார்ஷா கோட்டாவில் பதிவு செய்துகொண்ட எவனாவது வந்து தன்னுடைய உரிமையை நிலைநாட்டுவான் என்று எதிர்பார்த்தான். ஆனால் இது வரையில் யாருமே வரவில்லை. இதோ இப்போது இவள் வந்து அவனுடைய அனுமதிக்காக இன்னமும் காத்திருக்கிறாள். ஒருக்கால் நாக்பூர் கோட்டாவில்தான் இந்த பெர்த்துகளுக்கு ஆட்கள் வருவார்களாய் இருக்கும்.

அதைத்தான் அவளிடமும் சொன்னான். "தற்போது யாரும் இல்லை. யாராவது முன்பதிவு செய்துகொண்டவர்கள் நாக்பூரில் வருவார்களோ என்னவோ."

"நானும் நாக்பூர் வரையில்தான். இரண்டரை, மூன்று மணி நேரத்தில் இறங்கி விடுவேன்" என்றபடி அவள் தன் கையிலிருந்த பிளாஸ்டிக் கூடையை பெர்த்தின் கோடியில் வைத்தாள், ராவ் தனக்கு அனுமதி வழங்கி விட்டாற்போல் தான் என்ற தைரியத்தில்.

அதுவரையில் ராவ் என்ன செய்வானோ பார்ப்போம் என்று கவனித்துக்கொண்டிருந்த அவன் மனைவி அனுராதா, சட்டென்று எழுந்துகொண்டு "இந்த இடத்தில் உட்கார்ந்து கொள்ளுங்கள், நாக்பூர் வரையில்தான் என்றால்" என்று ராவ் பக்கத்தில் இருந்த இடத்தில் உட்கார்ந்துகொண்டு விட்டாள்.

அப்போதுதான் அவள் அனுராதாவின் பக்கம் பார்த்தாள். கண்களில் நன்றியைத் தெரிவித்தபடி "ரொம்ப தாங்க்ஸ். நாக்பூரில் இறங்கிவிடுவேன். உங்களுக்கு எந்த இடைஞ்சலும் தரமாட்டேன்" என்றாள். பிளாஸ்டிக் கூடையை எதிர் பெர்த்திற்கு மாற்றினாள். பக்கத்தில் இருந்தவளுக்குக் கொஞ்சமும் அசௌகரியம் ஏற்படாத வகையில் பெர்த்தில் மூன்றில் ஒரு பங்கு மட்டுமே சுவாதீனத்தில் எடுத்துக் கொண்டு நிதானமாக உட்கார்ந்துகொண்டாள்.

பிளாட்பாரத்தில் வழக்கமான கூட்டம், சந்தடி இருந்தாலும் அவ்வளவாகப் பரபரப்பு இல்லை. உள்ளே இருந்த பயணிகளும் அங்கும் இங்கும் நகரவில்லை. ரயில் கூவிவிட்டு நகருவதற்காக ஆயத்தமாகிக் கொண்டிருந்தது. ஸ்டேஷனில் பெண் குரல் ஒன்று வாரணாசிக்குப் போகும் கங்கா காவேரி எக்ஸ்பிரஸ் இன்னும் சில வினாடிகளில் இரண்டாவது நம்பர் பிளாட்பாரத்திலிருந்து புறப்படுவதற்குத் தயாராக இருக்கிறது என்று ஆங்கிலம், ஹிந்தி மற்றும் மராட்டியில் அறிவித்துக் கொண்டிருந்தது.

ராவ் கைக்கடியாரத்தின் பக்கம் பார்த்தான். ஒன்பது ஐம்பது ஆகியிருந்தது.

"பத்து மணி ஆகிவிட்டதா அய்யா?" என்று கேட்டாள், நீலப்புடவைக்காரி தன்னுடைய இருக்கையில் செட்டில் ஆகிக்கொண்டே.

ராவ் மற்றொரு முறை கடியாரத்தைப் பார்த்துக்கொண்டான். "இல்லை இன்னும் பத்து நிமிடங்கள் இருக்கிறது" என்றான்.

“இன்றைக்கு ரயில் சரியான நேரத்திற்குத்தான் வந்திருக் கிறது” என்றவள் ஒரு நிமிடம் கழித்து ராவையும் அனூராதா வையும் மற்றொரு முறை கூர்ந்து பார்த்துவிட்டு “வாரணாசி வரையில் போறீங்களா அம்மா” என்று கேட்டாள்.

அனூராதா முறுவலுடன் “ஆமாம். காசிக்குப் போய்க் கொண்டிருக்கிறோம்” என்றாள்.

‘காசிக்குப் போக வேண்டுமா, கங்கைத் தீர்த்தத்தைக் கொண்டு வர வேண்டுமா’ என்ற பாட்டு மனத்தில் நினைவுக்கு வந்தது ராவுக்கு. உண்மையைச் சொல்லப் போனால் இந்தப் பயணம் முடிவானது முதல் அந்தப் பாட்டு ஏனோ நினைவுக்கு வந்துகொண்டே இருந்தது தேவை இல்லாவிட்டாலும். பாட்டும் முழுவதுமாகத் தெரியாது. ஆனால் ரேடியோவில் அந்தக் காலத்தில் பல முறை கேட்டதாக நினைவு. காசிப் பயணத்திற்குத் தீர்த்த யாத்திரை, கங்கையில் முழுக்கு, அன்னபூர்ணா விஸ்வேஸ்வரன் தரிசனம்... இவை எதுவும் காரணங்கள் இல்லை. அலுவலக நிமித்தமாகப் போய்க்கொண்டிருக்கும் பிசினெஸ் ட்ரிப் இது. கங்கையில் குளித்தாலும் விசாலாட்சியைத் தரிசித்தாலும் அதெல்லாம் யதேச்சையாக நடப்பவைதாமே தவிர வேலை மெனக்கெட்டுச் செய்யும் காரியங்கள் இல்லை. நான்கு நாட்கள் எப்படியும் ஓய்வு கிடைக்கும் என்பதால் முடிந்தால் அலஹாபாதுக்கும் சென்று, த்ரிவேணி சங்கமத்தில் முழுக்குப் போட்டுவிட்டு, கண்ணுக்குத் தெரியாத சரஸ்வதி யையும் கற்பனை உலகத்தில் ஸ்பரிசித்து விட்டு, அப்படியே நேருவின் ஆனந்த பவனத்தின் வைபவத்தையும் காண வேண்டும் என்ற நினைப்பும் இருக்கிறது.

அதிகமாக யோசிக்க வேண்டிய அவசியம் இல்லை. காரியம் முடிந்தால் நல்லது. இல்லையென்றால் அடுத்த முறை வரும் போது பார்த்துக்கொள்ளலாம். எந்த வேலையாக இருந்தாலும் சாவகாசமாகச் செய்யும் சுபாவம் கொண்டவன் ராவ். மனிதர் கள் இயந்திர வேகத்தில் செயல்பட்டுக்கொண்டிருந்தாலும் வாழ்க்கையின் வேகத்தை எட்டிப் பிடிக்க முடியாத காலம் இது. முன்னேறுவது கட்டாயம் என்பதால், அந்த முன்னேற்றத் திலேயே மதிப்புகளையும் கூட்டிக்கொள்வது எதிர்பாராமல் நிகழும் அற்புதம்.

ரயில் கிளம்பிக் கொஞ்சம் வேகத்தை எட்டிய பிறகு ராவ் புத்தகம் வாசிப்பதில் மூழ்கிவிட்டாலும் பக்கத்தில் இருப்பவர்கள்மீது ஒரு கண் வைத்திருந்தான். அவர்களுடைய உரையாடலைக் காதில் வாங்கிக்கொண்டும் இருந்தான். முன்பின் அறியாதவர்கள் அன்பை, நெருக்கத்தைக் காட்டிக்

கொள்வது ராவுக்குக் கொஞ்சமும் புரியாத வாழ்க்கையின் போக்கு. ரயிலை விட்டு இறங்கிவிட்டால் யாருக்கும் யாரும் சொந்தமில்லை. சேர்ந்து உட்கார்ந்திருக்கும் ஓரிரு மணி நேரங்களில் கஷ்ட சுகங்களைப் பரிமாறிக்கொள்வார்கள். பரஸ்பரம் அறிவுரை வழங்கிக் கொள்வார்கள். உன்னை விட்டால் வேறு உலகம் தெரியாது என்பதுபோல் உரை யாடுவார்கள்.

காசியில் தங்கப் போகும் இடம், எத்தனை கூட்டங்களில் பேசப் போகிறார் என்றும் விலாவாரியாகச் சொல்லிக் கொண்டிருந்தாள் அனுராதா. இந்தக் கூட்டங்களில் பேசப் போவது அவள் இல்லை என்றாலும் அதற்குத் தூண்டுகோலாக இருப்பது தான்தான் என்பதில் அசைக்க முடியாத நம்பிக்கை அவளுக்கு. அந்த எண்ணத்தில் ராவுக்கு அவ்வளவாக அவநம்பிக்கை இருக்கவில்லை.

"நான் இருப்பது நாக்பூரில் இல்லை. பலார்ஷாவில்தான். ஓரிரு மணி நேரங்கள் அங்கே இருந்து ஒரு விஷயத்தைத் தெரிந்துகொண்டு, திரும்பவும் மாலையிலேயோ இல்லாவிட்டால் நாளை மதியமோ பலார்ஷாவுக்குத் திரும்பி வந்துவிடுவேன்" என்றாள் அனந்தலக்ஷ்மி. அதுதான் தன்னுடைய பெயர் என்று அவள் சொன்னதை ராவ் ஸ்பஷ்டமாகக் கேட்டான். அஷ்ட லக்ஷ்மிகளில் இந்தப் பெயர் இருப்பதாகத் தெரியவில்லை. இதில் ஆச்சரியப்படுவதற்கு ஒன்றும் இல்லை. உலகம் முழுவதுமே லக்ஷ்மிக்குள் அடங்கியிருக்கிறது. நம் நாட்டில் எந்த மூலைக்குப் போனாலும் லக்ஷ்மியின் பெயர் வெவ்வேறு விதமாகக் காதில் ஒலித்துக்கொண்டுதான் இருக்கும். லகுமாதேவியிலிருந்து லட்சுமி வரையில்.

அனந்தலக்ஷ்மிக்குக் கணவன் இல்லை. இறந்து போய்ப் பதினைந்து வருடங்களாகின்றன. அப்போது மகனுக்கு எட்டு வயது. அவ்வளவுதான்.

"அம்மா! பதினைந்து வருடங்கள் குடித்தனம் செய்தேன். மூத்தவன் நான்கு வயது வரையில் மட்டும்தான் உயிருடன் இருந்தான். இப்போது இருப்பவன் இரண்டாவது மகன். பெயருக்கு இரண்டாமவன் என்றாலும் எனக்கு இருப்பது இவன் ஒருவன் மட்டும்தான்" பற்று இல்லாத குரலில் சொல்லிக் கொண்டிருந்தாள் அனந்தலக்ஷ்மி.

வாழ்க்கை எவ்வளவு கொடூரமானது! எத்தனை பாடங் களைச் சுற்றி வளைக்காமல் நேரிடையாகச் சொல்லித் தருகிறது என்று மற்றொரு முறை ஆச்சரியத்தில் மூழ்கிவிட்டான் ராவ்.

பலார்ஷாவிலிருந்து நாக்பூருக்கு

"அப்போது எனக்கு முப்பது வயதுதான். இன்னும் பெற்று வளர்ப்பதற்கு வயது இருந்தாலும் வேண்டாம் என்று விட்டு விட்டேனே ஒழிய எங்கள் ஜாதியில் மறுமணம் செய்து கொள்ளும் வழக்கம் இருக்கிறது. என்னை மறுமணம் செய்து கொள்வதாகவும், குழந்தைக்கு எந்தக் குறையும் இல்லாமல் பார்த்துக்கொள்வதாகவும் இரண்டு மூன்றுபேர் விடாமல் தொல்லை கொடுத்து வந்தார்கள். அம்மா! உங்களிடம் மனம் விட்டுச் சொல்கிறேன். எனக்கு மட்டும் இரண்டாம் கல்யாணத் தில் கொஞ்சம்கூட விருப்பம் இல்லை, அன்றும் இன்றும்" என்றபடி அனந்தலக்ஷ்மி கடந்த காலத்திற்குள் மூழ்கிவிட்டாள்.

"வாழ்க்கையில் துணையும் ஆதரவும் தேவை. நாங்கள் போன பிறகு உன்னை யார் பார்த்துக்கொள்வார்கள்? யாரை யாவது தேர்ந்தெடுத்துச் சந்தோஷமாக இரு. உன் அதிர்ஷ்டம் நன்றாக இருப்பதால் நாம் போய்த் தேடிக்கொண்டு இருக்காமல், அவர்களாகவே வந்து கேட்கிறார்கள். அந்த அதிர்ஷ்டத்தைத் தடுக்காதே" என்று அம்மாவும் அப்பாவும் காதில் குடியிருக்காத குறையாகச் சொல்லிப் பார்த்தார்கள். என் மனம் மட்டும் மாறவில்லை. மாறாததற்கு இப்போதும்கூடக் கவலைப்பட வில்லை. சும்மா ஒரு பேச்சு வந்ததால் கடந்த கால விஷயத்தைச் சொல்கிறேன். மனத்தில் இருப்பதை உங்களுடன் பகிர்ந்து கொள்கிறேன். அன்னபூரணியைப் பார்க்கப் போகிறீர்கள். அம்மா என்று அழைத்து உங்களை வயதானவளாக ஆக்குவதற்கு எனக்கு மனம் வரவில்லை. மூத்த சகோதரியாய் நினைத்துக் கொள்கிறேன்" என்றாள் அனந்தலஷ்மி.

அவள் அனூராதாவின் கைகளைப் பற்றிக்கொண்டு அன்பு ததும்பும் குரலில் பேசுவது, அனூராதாவின் கண்களில் நீர் தளும்புவது இதெல்லாம் பார்த்தால் நாடகம் என்று தோன்றவில்லை ராவுக்கு. திரைப்படத்தில் இதயத்தைத் தொடும் காட்சியைப் பார்ப்பதுபோல் இருந்தது.

என்ன மனிதர்கள்! என்ன உலகம்!

உலகம் முழுவதும் ஒரே போக்குத்தான். தங்களுடைய விருப்பு வெறுப்புகளை மற்றவர்களுடன் பகிர்ந்துகொள்வது, மற்றவர்களின் ஒப்புதலுக்காகத் தேடுவது எல்லோரும் செய்யும் காரியம்தான். எதிராளியிடம் தன்னை அப்படியே வெளிப் படுத்திக்கொள்வது, கண்ணாடியில் தன்னைப் பார்த்துக் கொள்வதுபோல் நெருக்கமாகப் பேசுவது ... எவ்வளவு பரிணாம வளர்ச்சி!

பேசும்போது அவள் கன்னங்கள் இரண்டும் உப்பிய நிலையில் கண்களைத் தொடுவதற்கு முயல்வதைப் பார்க்கும்

போது ராவ்க்கு வேடிக்கையாக இருந்தது. வெளியில் பார்ப்பதற்கு மனிதர்கள் எவ்வளவு அப்பாவியாக இருந்தாலும் உள்ளுக்குள் எப்படிப்பட்ட அனுபவங்கள் கலந்திருக்கும் என்று யாராலும் ஊகிக்க முடியாது இல்லையா?

“நான் அதிகமாகப் படித்தவள் இல்லை. புத்திசாலித்தனம் இருப்பவளும் இல்லை. இலை மறைவு காயாக வளர்ந்தவள். திடீரென்று நடுத்தெருவுக்கு வந்துவிட்டாற்போல் ஆகிவிட்டது என் நிலைமை. வீட்டில் எனக்குப் பாதுகாப்பு இருந்தது. ஆனால் வெளியில் போனால் எதிர்கொள்ள வேண்டிய பிரச்சினைகள் எத்தனையோ. வெளியில் சொல்ல முடியாதவை. எல்லா விஷயங்களையும் மற்றவர்களுடன் வெளிப்படையாகப் பேசி முடிவெடுத்துக்கொள்ள முடியாது இல்லையா. எப்படியோ வாழ்க்கையைத் தள்ளிக்கொண்டு வந்தேன். யாரும் சுட்டிக் காட்ட முடியாதபடிச் சுயகௌரவத்துடன் காலத்தைத் தள்ளு வதற்கு நான் எவ்வளவு இடைஞ்சல்களைச் சமாளித்து வந்தேன் என்று அந்தக் கடவுளுக்குத்தான் தெரியும். இருந்தாலும் நான் எடுத்துக்கொண்ட முடிவிலிருந்து இன்று வரையில் கொஞ்சம் கூட விலகியிருக்கவில்லை.”

அனூராதா அவளை மதிப்புடன் பார்த்துக்கொண்டிருப் பதை ராவ் கவனித்தான். யாராக இருந்தாலும் அப்படித்தான் பார்ப்பார்கள். பெண்ணால் முடியுமா முடியாதா என்பது கேள்வி இல்லை இங்கே. தான் நம்பிய கொள்கையைக் கடைப் பிடிப்பது, நிலைமை மாறிவிட்டது என்று எண்ணத்தை மாற்றிக் கொள்ளாமல் இருப்பது பாராட்டத்தக்க விஷயம்.

“சின்ன வேலையைச் சம்பாதித்துக்கொண்டேன். முனிசிபல் ஆபீசில் சானிடரி செக்ஷனில் வேலை. எனக்கு எந்த அதிகாரங் களும் இல்லை. மேற்பார்வை பார்க்கும் வேலை. வேலைக்காரர் களுக்குச் சுத்தம், சுகாதாரம் பற்றி எடுத்துச் சொல்வது. வேலையில் ஏற்படும் இடைஞ்சல்களை எப்படிச் சமரசமாக, அனுகூலமாகத் தீர்த்துக்கொள்வது என்ற அறிவுரை வழங்குவது. இதுதான் என் வேலை. வாழ்க்கையில் எனக்கு ஏற்பட்ட அனுபவங்கள் இந்த வேலைக்குச் சாதகமாக இருந்தன. செய்யும் வேலையில் திருப்தியும் கிடைத்தது. வாழ்க்கையில், வேலையில் ஈடுபாடு, மக்களுக்கு உபயோகப்படும் காரியம் செய்கிறோம் என்ற திருப்தி ... இதைவிட வேறு என்ன வேண்டும் சொல்லுங் கள்?” என்றாள் அனந்தலக்ஷ்மி.

மணி பன்னிரண்டாகிக்கொண்டிருந்தது.

“சாப்பாடு கொண்டுவந்திருக்கிறீர்களா? எப்போ சாப்பிடப் போகிறீர்கள்?” என்று கேட்டாள்.

“கொண்டு வரவில்லை. நாக்பூரில் கொண்டுவந்து கொடுப்பதாகக் கேடரர் சொல்லியிருக்கிறான். காலையில் நன்றாகவே டிபன் சாப்பிட்டு விட்டோம்” என்றாள் அனுராதா.

“அப்படி என்றால் நீங்க அனுமதி கொடுத்தால் நான் சாப்பிட்டு விடுகிறேன்” என்று அவள் பிளாஸ்டிக் கூடையிலிருந்த டிபன் கேரியரை, தண்ணீர் பாட்டிலை வெளியே எடுத்தாள்.

“ஆகட்டும்” என்றாள் அனுராதா. அவள் சாப்பிடுவதற்குத் தன்னுடைய அனுமதி எதற்கு என்று கொஞ்சம் வியக்கவும் செய்தாள்.

“காலையில் கொஞ்சம் டீ மட்டும்தான் குடித்தேன். அவ்வளவுதான். வீட்டில் இருந்தால் பத்தரை பதினொரு மணிக்கெல்லாம் சாப்பிட்டு விடுவேன். வழியில் சாப்பிடுவோம் என்று சப்பாத்தி, சப்ஜி கேரியரில் எடுத்து வந்தேன். நாக்பூரில் மகன் வீட்டிற்குத்தான் போகிறேன். இருந்தாலும் பசியுடன் அவர்கள் வீட்டிற்குச் சென்று அவர்களுக்கு இடைஞ்சல் தருவதில் எனக்கு விருப்பம் இல்லை” என்று சொல்லிக்கொண்டே அவள் சப்பாத்தியை விண்டு சாப்பிடத் தொடங்கினாள்.

அனுராதா டீ பையனை அழைத்தாள். அவன் இரண்டு கோப்பைகளை அவளிடமும், ராவிடம் நீட்டினான். “அவளிடமும் ஒன்று கொடு” என்றாள் அவனிடம். அனந்தலக்ஷ்மி அதற்குள் சாப்பிட்டு முடித்துவிட்டுத் தண்ணீர் குடித்துவிட்டு, பாட்டில் மூடியைத் திருகிக்கொண்டிருந்தாள். “ஒரு கப் டீயைக் குடியுங்கள்” என்றாள் அனுராதா அனந்தலக்ஷ்மியிடம், பையன் அவளிடம் கோப்பையை நீட்டிக்கொண்டிருந்த சமயத்தில்.

“தேவையில்லைங்க, இருந்தாலும் நீங்க சொன்னதால் மறுக்காமல் வாங்கிக்கொள்கிறேன்” என்றாள் அனந்தலக்ஷ்மி கண்களில் நன்றியுடன்.

“அய்யா படித்துக்கொண்டிருக்கும்போது நான் வாய் மூடாமல் ஏதேதோ பேசிக்கொண்டு ரொம்ப டிஸ்டர்ப் செய்து விட்டேன். இனி வாயைத் திறக்க மாட்டேன்” என்றாள் அனந்தலக்ஷ்மி இரண்டு பேரையும் அன்பு ததும்பப் பார்த்துக் கொண்டே.

“அதெல்லாம் ஒன்றும் இல்லை. கையில் புத்தகம் இருந்தால் அவருக்கு அக்கம் பக்கத்தில் என்ன நடந்தாலும் தெரியாது” என்றாள் அனுராதா, அனந்தலக்ஷ்மி எங்கே பேசுவதை நிறுத்திவிடுவாளோ, தனக்குப் பொழுதுபோவது நின்றுவிடுமோ என்று பயந்தவள்போல்.

ராவ் சிரித்துவிட்டு மௌனமாக இருந்தான். ஆனால் அப்படிச் சும்மா இருப்பது அவனுக்கே சங்கடமாக இருந்தது. ஒரு நிமிஷம் கழித்து "உங்க மகன் நாக்பூரில் இருக்கிறானா? என்ன செய்கிறான்?" என்று கேட்டான்.

அனூராதாவுக்குக் கதை இரண்டாவது அத்தியாயத்தில் நுழைவதுபோல் தோன்றியது. எங்கே எப்படித் திசை திருப்ப வேண்டும் என்று அவருக்குத் தெரிந்தாற்போல் தனக்குத் தெரியாது என்று இன்னொரு முறை நினைத்துக்கொண்டாள்.

அனந்தலக்ஷ்மி இத்தனை நேரமும் தன் விஷயத்தைச் சொன்னாள். மகனை வளர்த்து ஆளாக்குவதில் தான் பட்ட கஷ்டங்களைச் சொல்லவில்லை. அவன்மீது தனக்கு இருக்கும் எதிர்பார்ப்புகளை, அவன் எந்த அளவுக்கு அவற்றை நிறைவேற்றி வருகிறான் என்று குறிப்பாக உணர்த்தவும் இல்லை. இன்னும் அரைமணி போனால் நாக்பூர் வந்துவிடும். அனந்தலக்ஷ்மி இறங்கிவிடுவாள். திரும்பவும் இந்த ஜென்மத்தில் கண்ணில் பட மாட்டாள். சொல்லவும் மாட்டாள்.

மகன் ஒருவன்தான் இருக்கிறான் என்று சற்று முன்னால் சொல்லியிருந்தாலும், அவனைப் பற்றிய விவரங்கள் எதுவும் சொல்லவில்லை. கேட்க வேண்டும் என்று தனக்குத் தோன்றாதது அனூராதாவுக்குக் குறையாக இருந்தது. "மகனை நன்றாகப் படிக்க வைத்தாயா? நல்ல வேலையில் இருக்கிறானா?" என்று கேட்டாள் தன்னுடைய குறையை ஈடுகட்டுவதுபோல்.

"என்னால் முடிந்த வரையில் செய்தேன் அம்மா. அதுதான் என் திருப்தி" என்றவள் ஒரு நிமிடம் மௌனமாக இருந்து விட்டுப் பிறகு சொன்னாள். "மகன் என்னை வேலையை விட்டுவிட்டுத் தன்னிடம் வந்து இருக்கச் சொல்கிறான். எனக்குத் தான் விருப்பம் இல்லை. வேலையை விட்டுவிட்டு இப்போ நான் என்ன செய்ய வேண்டும்? கை நிறைய வேலையுடன் இத்தனை நாளும் வாழ்ந்தவள் இப்போது சும்மா கையைக் கட்டிக்கொண்டு உட்கார்ந்திருக்க முடியுமா? நீங்களே சொல் லுங்கள். மாதம் ஏழாயிரம் சம்பளம் வருகிறது. அதை ஏன் இழக்க வேண்டும்?"

அனூராதா ராவ் பக்கம் பார்த்தாள். அவன் லேசாக இதழ்கள் பிரியாமல் சிரித்துக்கொண்டிருந்தான்.

"இத்தனைக்கும் மகன் என்ன செய்கிறான்?" அனூராதா மேலும் கேட்டாள்.

"எம்.ஏ. வரையில் படிக்க வைத்தேன். சுறுசுறுப்பானவன். மேலே இன்னும் படிக்கச் சொன்னேன். அதற்குள் லெக்சரர் வேலை கிடைத்துவிட்டது. வேலையும் பார்த்துக்கொண்டே

ரிசெர்ச்சுக்குத் தயாராகிக்கொண்டிருக்கிறான். கிடைத்த வேலையை விட்டு மேற்படிப்புப் படித்தாலும் திரும்பவும் அதே வேலைக்காகத்தான் முயற்சி செய்ய வேண்டியிருக்குமாம். அதனால் வேலை இல்லாமல் படிக்க மாட்டேன் என்றான். இரண்டு வேலைகளையும் ஒரே நேரத்தில் செய்துவருகிறான். ஒன்றரை வருடங்கள் ஆகிறது இந்த வேலையில் சேர்ந்து. விடுமுறை நாட்களில்கூட ஊருக்கு வந்தாலும் ஒரு நாள் இருந்தால் பெரும் பாக்கியம். பை நிறைய புத்தகங்களைச் சுமந்துகொண்டு வருவான்."

"ரொம்பச் சந்தோஷம் அனந்தலக்ஷ்மி! மகனை நன்றாக வளர்த்து ஆளாக்கியிருக்கிறாய். உன்னைப் போன்ற தாய்மார்கள் இருந்தால் இந்தியாவில் எதிர்காலத்தில் குடிமகன்கள் நல்ல பேறு பெறுவார்கள்" என்றான் ராவ்.

"இதில் நான் செய்தது எதுவும் இல்லை அய்யா. எல்லாம் அவனே முடிவு செய்துகொண்டான். எங்கே படிக்க வேண்டும், என்ன படிக்க வேண்டும் என்ற தீர்மானமெல்லாம் அவனு டையதுதான். ஒருக்கால் உங்களைப் போன்ற பெரிய மனிதர்கள் யாராவது அறிவுரை வழங்கியிருக்க வேண்டும். நான் செய்த தெல்லாம் ஒன்றுதான். படிப்பதற்கு அவனை ஊக்குவிப்பது, கேட்டபோது பணம் கொடுத்து உதவி செய்வது."

"இதைவிட இன்னும் என்ன செய்ய வேண்டும்? உன் சப்போர்ட் இல்லை என்றால் அவனுக்கு எல்லாம் ஏற்பாடாக அமைத்துக்கொள்ள முடிந்திருக்குமா?" என்றாள் அனூராதா.

"பணம் அனுப்பிவைத்ததுகூட அவன் படிக்கும் நாட்களில் மட்டும்தான் அம்மா. அவன் வேலைக்குப் போன பிறகு என்னிடம் ஒற்றை ரூபாய்கூடப் பெற்றுக்கொண்டதில்லை. மேலும் ஆயிரம் ரூபாய் அனுப்பத் தொடங்கினான். எனக்கு எதற்குப் பணம்? வரும் சம்பளம் எனக்குப் போதாமலா? வேண்டாம் தம்பி என்றாலும் கேட்காமல் மாதாமாதம் என் கையில் வைத்துவிட்டுப் போவான்."

"போகட்டும். அவன் சந்தோஷம் அவனுக்கு நிம்மதியாகச் செலவு செய்துகொள்" என்றாள் அனூராதா.

"எனக்கு என்ன செலவுகள் இருக்கும் அம்மா? மகன் சும்மா தருகிறான் என்று நான் இப்போது பட்டுப்புடவை வாங்கி உடுத்திக்கொள்ள வேண்டுமா? இருந்தாலும் அவன் மனம் நோகடிப்பானேன் என்று ஆயிரம் ரூபாய் வாங்கிக் கொள்கிறேன். அதை அப்படியே தபாலாபீசில் அவன் பெயரில் போட்டுக்கொண்டிருக்கிறேன். அவன் பணம் அவனுக்குத்

தெரியாமலேயே வளரட்டும். குட்டி போடட்டும்" என்று சிரித்தாள் அனந்தலக்ஷ்மி.

"ஆனால் இப்போ நாக்பூரில் மகனிடம் ஒரு வாரமாவது தங்க வேண்டும் என்ற திட்டத்தில் இருப்பதுபோல் தெரிய வில்லையே. பிளாஸ்டிக் பையில் மாற்றுப் புடவைகூட இருக்கோ இல்லையோ, எனக்குச் சந்தேகம்தான்" என்றாள் அனுராதா.

"நன்றாகச் சொன்னீங்க அம்மா. இன்று மதியம் போய் இறங்கி நாளைக் காலையில் கிளம்பிவிட்டால் அதிக நேரம் இருந்துவிட்டதாக அர்த்தம்" என்றாள் அனந்தலக்ஷ்மி.

"பையன் ஹாஸ்டலில் தங்கியிருக்கிறான் இல்லையா. நீங்க அங்கே தங்குவதற்கு வசதி இல்லாமல் இருக்கலாம்" என்றான் ராவ்.

"அடடா! இன்னும் நான் சொல்லவே இல்லை. மூன்று மாதங்கள் ஆகிறது அவன் அங்கே ஒரு வீட்டை வாடகைக்கு எடுத்துக்கொண்டிருக்கிறான். தாலி கட்டிய மனைவியுடன் அந்த வீட்டில் நிம்மதியாகக் குடித்தனம் நடத்திக்கொண்டிருக் கிறான். அந்தப் பெண் ஏதோ வேலைக்குப் போய்க்கொண்டிருக் கிறாளாம்" என்றாள் அனந்தலக்ஷ்மி.

அனுராதாவின் ஆர்வம் கூடியது. "அப்படியா மகனுக்குக் கல்யாணம் செய்து வைத்தீங்களாக்கும். ரொம்பச் சந்தோஷம்."

அனந்தலஷ்மி சிரித்துக்கொண்டே "எல்லாம் சந்தோஷம் தான் அம்மா. நான்கு மாதங்களுக்கு முன்னால் ஒரு பெண்ணை அழைத்துக் கொண்டு என்னிடம் வந்தான். எனக்கு அறிமுகப் படுத்தி வைத்தான். 'அம்மா! நீ ஒப்புக்கொள்ள வேண்டும். நான் இந்தப் பெண்ணைக் கல்யாணம் செய்துகொள்கிறேன் என்றான். நான் சம்மதிக்க மாட்டேனோ என்ற சந்தேகமே அவனுக்கு இல்லை. சம்மதிக்காமல் இருப்பதற்கு எனக்கு எந்த ஆட்சேபணையும் இருக்கவில்லை. அவன் கல்யாணம். அவன் விருப்பம். எல்லோரும் சந்தோஷமாக, நிம்மதியாக இருப்பதுதான் எனக்கு வேண்டியது. ரொம்ப எளிமையாகக் கல்யாணம் செய்து கொண்டான். எனக்கு அனாவசியமாகச் செலவு வைக்கவில்லை. அந்தப் பெண்ணின் பெற்றோரிடமிருந்து பணம் காசு எதுவும் வாங்கவில்லை. கல்யாணம் செய்து கொண்ட ஒரு வாரத்திற்குள் குடித்தனத்திற்கு வேண்டிய ஏற்பாடுகளைச் செய்துகொண்டான். நிம்மதியாக இருக்கிறான். அவனைப் பற்றி எனக்கு எந்தக் கவலையும் இல்லை."

"அந்தப் பெண் அனுகூலமாக இருக்கிறாளா?" கேட்டாள் அனுராதா.

“மதிப்பும் மரியாதையும் தெரிந்த பெண்ணாகத்தான் தென்பட்டாள். இருந்தாலும் நான் அந்தப் பெண்ணைப் பார்த்தது கல்யாணத்திற்கு முதல் வாரம்தான். பிறகு அவர் களுக்குப் பலார்ஷாவுக்கு வருவதற்கு நேரம் கிடைக்கவில்லை. எனக்கும் நாக்பூருக்குப் போவதற்கு முடியவில்லை. அவனிட மிருந்து கடிதங்களைத் தவிர முகத்தைக்கூடப் பார்க்கவில்லை. அவனைப் பார்க்காமல் ஒரு மாதத்திற்கு மேலாக நான் இதுநாள் வரையில் இருந்தது இல்லை. அவனுக்குத் தாய் பற்றிய கவலை இருக்கோ இல்லையோ. எனக்கு மட்டும் மகனைப் பற்றி ஏக்கம் அதிகமாகிவிட்டது. சொல்லாமல் கொள்ளாமல் கிளம்பிவிட்டேன் போய் பார்த்து விட்டு வருவோம் என்று” ஒரு நிமிடம் தயங்கினாள் அனந்தலக்ஷ்மி.

அனூராதா கேட்பதற்காகக் காதுகளைத் தீட்டிக் கொண்டாள். ராவின் பார்வை புத்தகத்தின் மீது இருந்தாலும் காது மட்டும் இந்தப் பக்கம் வைத்திருந்தான். புத்தகத்தை மடித்து மடியில் வைத்துக்கொண்டு கொஞ்சம் முன்னால் நகர்ந்து உட்கார்ந்துகொண்டான்.

“இன்னொரு பாயிண்டும் இருக்கிறது. அதைக் கேட்டுத் தெரிந்துகொள்வோம் என்றுதான் போய்க்கொண்டிருக்கிறேன் இப்போது” என்றாள் அனந்தலக்ஷ்மி.

“என்ன அது?” கேட்காமல் இருக்க முடியவில்லை அனூராதாவால்.

“என் வயிற்றில் இருக்கும் வேதனையை உங்களிடம் சொன்னால் கொஞ்சமாவது குறையும். மூன்று மாதங்களாக மகன் எனக்குப் பணம் அனுப்பிவைக்கவில்லை. கடிதங்களில் கூட அதைப் பற்றிப் பேச்செடுக்கவில்லை. அப்படி ஒரு ஏற்பாடு இருப்பதே தனக்குத் தெரியாததுபோல் நடந்து கொள்கிறான். அதற்கான காரணத்தைத் தெரிந்துகொள்வோம் என்றுதான்.”

“அவனுடைய பணம் உங்களுக்குத் தேவையில்லையே? அவன் பணம் அனுப்பாவிட்டாலும் உங்களுக்கு எந்த இடைஞ்சலும் வரப் போவதில்லையே?” என்றான் ராவ்.

“ஆமாம் அய்யா. உண்மைதான். அவன் அனுப்புவதை அவன் பெயரிலேயே டிபாசிட் செய்துவருகிறேன் என்று சொன்னேன் இல்லையா. அது மட்டுமே இல்லை. அவன் அனுப்பாவிட்டாலும் இந்த மூன்று மாதங்களாக என் பணத்தையே மாதாமாதம் ஆயிரம் ரூபாய் அந்த அக்கவுன்டில் கட்டி வருகிறேன். எனக்குத் தெரிய வேண்டிய பாயிண்ட்

ஒன்று இருக்கிறது. அதற்காகத்தான் இப்போது போய்க்கொண் டிருக்கிறேன்" என்றாள் அனந்தலக்ஷ்மி பாரமாக மூச்சை விட்டபடி.

ராவ் சிரித்துவிட்டுப் புத்தகத்தைக் கையில் எடுத்துக் கொண்டான்.

"புதுக் குடித்தனம் இல்லையா. அவர்களுக்கு எத்தனையோ செலவுகள் இருக்கும். உங்களுக்கு அனுப்பவில்லை என்று கோபம் எதற்கு?" என்றாள் அனுராதா.

"கோபம் இல்லை. எனக்கு எந்தக் கோபமும் இல்லை. காரணம் தெரிய வேண்டும். அவ்வளவுதான். வீட்டுச் செலவுகள் இருக்கும் என்று எனக்கும் தெரியும். அதற்காக நான் பணம் தருவதாகச் சொன்னேன். வேண்டவே வேண்டாம் என்றான் அவன். 'தேவைப்பட்டால் நானே கேட்டு வாங்கிக்கொள்கிறேன்' என்றான். 'உனக்கு மாதம் ஆயிரம் ரூபாய் இனிமேல் அனுப்பப் போவதில்லை' என்று ஒரு வார்த்தை என்னிடம் சொல்லவில்லை அவன். ஏன் சொல்லவில்லை? எனக்குப் பதில் வேண்டும். அவ்வளவுதான்."

முழுவதுமாகச் சொல்லட்டும் என்பதுபோல் ராவ் அவள் பக்கம் பார்த்தான்.

"வேறு ஒன்றுமில்லை. பணம் அனுப்ப வேண்டாம் என்று அந்தப் பெண் அவனைக் கட்டுப்படுத்திவிட்டாளா? அதனால் தான் அவன் பணம் அனுப்பவில்லையா? எனக்கு உண்மையான பதில் வேண்டும்."

அனுராதா ராவ் பக்கம் பார்த்தாள்.

ராவ் அவள் கண்களை ஊடுருவுவதுபோல் பார்த்தான். பிறகு அனந்தலக்ஷ்மியின் பக்கம் திரும்பி "பாரும்மா! எதற்காகப் பதற்றமடைகிறாய்? எல்லாக் கேள்விகளுக்கும் பதில் கிடைக்கா விட்டால்தான் என்ன? நடந்துகொண்டிருப்பவற்றுக்குக் காரணத்தைத் தேடுவானேன்? அதிலும் அப்படித்தான் நடந் திருக்கும் என்று நிச்சயமாக நமக்கே தெரியாதபோது? நிம்மதி யாக இரு. அனாவசியமாக மனத்தில் அழுக்கைச் சேர்த்துக் கொள்ளாதே. அவர்கள் இருவரும் உனக்கு மகன், மருமகள் தானே. அவர்கள் என்ன செய்தாலும், எப்படிச் செய்தாலும் நீ ஏன் கவலைப்படுகிறாய்? எதற்காகப் பதிலைத் தேடுகிறாய்?" என்றான் கம்பீரமான குரலில்.

அனந்தலக்ஷ்மி அவன் முகத்தையே பார்த்துக்கொண்டு இருந்துவிட்டாள். அவன் கண்களில் அவளுக்குப் புதிய

வெளிச்சம் தென்பட்டது. அந்த வெளிச்சத்தில் தனக்குத் தேவையான சமாதானம் கிடைத்துவிட்டாற்போல் இருந்தது. இல்லாத ஓட்டைகளைத் தேடுவானேன்?

திடீரென்று ஞானோதயம் ஆனாற்போல் இருந்தது. ராவுக்குக் கையெடுத்துக் கும்பிட்டுவிட்டு அனுராதாவின் கைகளைப் பற்றிக்கொண்டாள். "அப்படியே ஆகட்டும். என் சந்தேகங்களை எல்லாம் விட்டுவிடுகிறேன். திரும்பவும் மனத்திற்குள் வரவிட மாட்டேன்" என்றாள். ஒரு நிமிடம் நின்று "போகும் வழியில் மருமகளுக்கும் மகனுக்கும் புத்தாடைகள் வாங்கிச் செல்கிறேன். அவர்களை உடுத்தச் சொல்கிறேன். மாலையில் என் கையால் விருந்து சாப்பாடு தயாரித்துச் சாப்பிட வைக்கிறேன். என் இதயத்திற்குப் புதிய வழி காட்டிவிட்டீர்கள். இந்த நன்றிக் கடனைத் தீர்த்துக் கொள்ள முடியாது" என்று அனுராதாவின் கைகளைக் கண்ணில் ஒற்றிக்கொண்டாள்.

நாக்பூர் ஸ்டேஷனில் ரயில் நின்ற பிறகு அனந்தலக்ஷ்மி ராவ் பாதங்களில் விழுந்து வணங்கினாள். அவள் முகத்தில் அமைதி நிலையாகக் குடிகொண்டுவிட்டது அவளுக்குத் தெரியாது.

22